विचार-चौकट बदला आयुष्य बदला

विचार-चौकट बदला आयुष्य बदला

आताच सुरुवात करा

CHANGE YOUR PARADIGM, CHANGE YOUR LIFE

बॉब प्रॉक्टर

प्रस्तावना : सँडी गॅलॅघर

अनुवाद : तनुजा वडेर शाह

MANJUL

मंजुल पब्लिशिंग हाउस

First published in India by

MANJUL

Manjul Publishing House

Corporate and Editorial Office
•2nd Floor, Usha Preet Complex, 42 Malviya Nagar,
Bhopal 462 003 – India
Sales and Marketing Office
•C-16, Sector 3, Noida, Uttar Pradesh 201301, India
Website: www.manjulindia.com
Distribution Centres
Ahmedabad, Bengaluru, Bhopal, Kolkata, Chennai,
Hyderabad, Mumbai, New Delhi, Pune

Marathi translation of *Change Your Paradigm, Change Your Life*
by Bob Proctor

Original English language edition published by G&D Media.

Marathi edition first published in 2024
by Manjul Publishing House Pvt. Ltd.

ISBN: 978-93-5543-719-8

Marathi translation: Tanuja Wader-Shah

Printed and bound in India by Repro India Limited

अनुक्रमणिका

प्रस्तावना

- सँडी गॅलॅघर

तुमच्या कामात तुम्हाला ज्याची आस आहे तसे यश मिळवण्यासाठी फक्त खूप कष्ट पुरेसे नाहीत याचं कारण काय असावं हा विचार तुम्ही कधी केलाय का? तुम्हाला वर्षामागून वर्षं दर वेळी काही ध्येय निश्चित केलं तरीही ते मिळू शकत नाही असं का, हे कोडं पडतं का? तुमच्या आसपास समाजात किंवा वैयक्तिक आयुष्यात काही तणावदायक घडलं की तुम्हाला तुमच्या दृष्टिकोन आणि भावनांवर ताबा ठेवणं कठीण जातं, पण इतर लोक मात्र शांत, संयत आणि आत्मविश्वासपूर्ण असतात. हे असं का होतं याबद्दल कधी तुम्हाला उत्सुकता वाटली आहे का? सकारात्मक विचार, जे हवे आहे त्याचे कल्पनाचित्र रेखाटणे (व्हिज्युअलाइझेशन), पुष्टीकरण (अ‍ॅफर्मेशन्स) वगैरे व्यक्तिमत्त्व विकासासाठीची पारंपरिक शिकवण हे सगळं खूप वेळा द्राविडी प्राणायाम करण्यासारखं वाटतं. आणि तुमची अपेक्षा मात्र अशी असते की ते सहज, उत्तेजक आणि चुटकी वाजवण्याइतकं सोपं असावं.

यश किंवा प्रेरणा (मोटिव्हेशन) यांबद्दल बोलणारे वक्ते, शिक्षक किंवा विचारवंत फारच क्वचित यामागे दडलेल्या कारणांबद्दल आणि मूलभूत घटकाबद्दल बोलताना आढळतात. दीर्घ काळाच्या पल्ल्यात तुमचं यश किंवा अपयश ज्यावर पूर्णपणे अवलंबून असतं तो हा घटक आहे तुमची 'चौकट' किंवा तुमचा 'paradigm'.

प्रेरणानिर्मिती आणि व्यक्तिमत्त्व विकास या विषयांतील तज्ज्ञ बॉब प्रॉक्टर यांनी यापूर्वी त्यांच्या अतिशय लोकप्रिय आणि चिक्कार गर्दी होणाऱ्या कार्यशाळांमध्ये हजेरी लावणाऱ्यांना देण्यात येणारे ज्ञान या पुस्तकात समाविष्ट केलेले आहे. इथे तुम्हाला पदव्युत्तर पातळीचं शिक्षण मिळेल. अपयशाची किंवा

यशाची भीती, चालढकल करण्याची वृत्ती, सर्वांत वाईट म्हणजे आत्मघातकी वृत्ती, हे सर्व यशाचे कडवे शत्रू; त्यांना बगल देऊन पद्धतशीरपणे, सातत्याने आणि शाश्वत यश कसे मिळवावे हे तुम्ही इथे शिकाल.

तुमच्या वैचारिक चौकटीवर काम करून हे सगळं कसं मिळवायचं हे बॉब तुम्हाला सांगेल. या गोष्टीकडे बहुतेक लोक दुर्लक्ष करतात, पण ते खरं तर फारच महत्त्वाचं आहे.

पण विचार-चौकट म्हणजे नेमकं काय? बॉब ते तुम्हाला सांगेलच. अतिशय सोपं करून सांगायचं तर विचार-चौकट म्हणजे तुमच्या सुप्त मनात दडलेला असा प्रोग्रॅम जो तुमच्या सवयीतून उद्भवणाऱ्या सगळ्या वागण्याचं नियमन करतो - आणि आपलं बहुतेक सर्व वागणं सवयींचं फलित असतं.

ही विचार-चौकट म्हणजे अशा अनेक सवयी असतात ज्या पिढ्यान् पिढ्यांपासून चालत आलेल्या आहेत. अनेक वेगवेगळ्या प्रकारे त्या व्यक्त होताना दिसतात. तुम्ही स्वतःकडे, जगाकडे, संधींकडे कसे बघता ते म्हणजे तुमची चौकट. बदल आणि आव्हानांना तुम्ही कसे सामोरे जाता ती तुमची चौकट. एकदा का तुमचं सगळं वागणं चौकटीने नियंत्रित असतं हे तुमच्या लक्षात आलं की जगाकडे पाहण्याची तुमची दृष्टीच बदलून जाईल.

आयुष्यात सतत राग-राग करणाऱ्या, आयुष्याच्या प्रत्येक वळणावर त्रस्त असणाऱ्या, कोणत्याही परिस्थितीत काही चांगले न पाहू शकणाऱ्या कुणाला कदाचित तुम्ही ओळखत असाल. अनेक दशके वजनातील चढउतारांचा सामना करणाऱ्या एखाद्याला तुम्ही ओळखत असाल. काही काळ ते नीट निरोगी राहून त्यांचे वजन घटवताना दिसतील. पण मग नंतर पुन्हा ते 'ये रे माझ्या मागल्या' असे पूर्वस्थितीला आलेले दिसतात. तुमच्या ओळखीत कदाचित असे कुणी असेल ज्यांचे उत्पन्न अनेक वर्षे एकाच पातळीवर स्थिर आहे. ते त्यापुढे जाताना दिसत नाही. हे सारे चौकटीचे फलित आहे. तुमची विचार-चौकट तुमचा स्वतःचा तुरुंग बनू शकते. पण ती बदलून तुम्हाला जसे बनायचे आहे ती व्यक्ती बनायचे स्वातंत्र्यही तुमच्याकडे असते.

या पुस्तकात बॉब तुम्हाला बांधून घालणाऱ्या चौकटींमधून कसे मोकळे व्हायचे ते सांगेल. तुमची विचार-चौकट कशी बदलायची - त्यासाठी लागणारे मानसिक प्रोग्रॅमिंग - ज्याने तुमचे आर्थिक गणित, आरोग्य, करिअर, नातेसंबंध आणि आयुष्य बदलून जाऊ शकते.

तुम्हाला या प्रवासावर घेऊन जाण्यासाठी बॉब प्रॉक्टर एक आदर्श शिक्षक आहे. बॉबने जगातील काही अतिशय प्रतिभावान लोकांबरोबर मन आणि मानवी क्षमतांचा अभ्यास केला आहे. १९६१मध्ये नेपोलिअन हिल यांच्या 'थिंक अँड ग्रो रिच' या सदाबहार पुस्तकाचा त्याने अभ्यास सुरू केला आणि त्याचे आयुष्य बदलले. बॉबने वैयक्तिक विकासाचे महारथी अर्ल नाइटिंगेल यांची ध्वनिमुद्रिते हजारो वेळा ऐकली आहेत. बॉबने १९६८ ते १९७३ या काळात अर्ल नाइटिंगेल आणि त्यांची कंपनी नाइटिंगेल-कॉनन्ट कॉर्पोरेशनमध्ये त्यांच्या खांद्याला खांदा लावून कामही केलं आहे. त्यानंतर ते सोडून त्याने त्याच्या भागीदार आणि सह-संस्थापक सँडी गॅलॅघरबरोबर प्रॉक्टर गॅलॅघर इन्स्टिट्यूट सुरू केली. त्याचा लोकप्रिय चित्रपट 'द सीक्रेट', न्यू यॉर्क टाइम्स यादीतील त्याचे बहुविक्रित पुस्तक 'यू वेअर बोर्न रिच', त्याची इतर पुस्तकं, मार्गदर्शक कार्यशाळा आणि लाइव्ह इव्हेंट्स यांतून लक्षावधी लोकांनी आजवर बॉबकडून प्रेरणा घेतली आहे.

प्रकरण पहिले

तुमच्यातील बदलण्याची अद्भुत क्षमता

तुमच्यापैकी काही जणांसाठी हे पुस्तक वाचणं हा अतिशय आश्चर्यकारक असा अनुभव असणार आहे.

आता मी 'तुम्हा सर्वांसाठी' असं का बरं म्हणत नाहीये? कारण आपलं आयुष्य बदलण्याच्या निर्णयाचं आत्यंतिक महत्त्व मला तुम्हाला पटवून द्यायचं आहे. तुम्ही काय करणार आहात हे तुम्हीच ठरवत असता.

आपली विचार-चौकट बदलण्यासाठी ठाम निर्णय घ्यावा लागतो. कारण आपण जे काही शिकत आलो आहोत, त्या सगळ्याच्या विरुद्ध जाणारं असतं हे. आपण शाळेत जातो, एक पुस्तक घेतो, ते वाचतो, जे काही वाचलं त्याबद्दल प्रश्न विचारतो आणि मग पुढच्या पुस्तकाकडे वळतो. खरं तर कोणत्याही पुस्तकाचं मर्म आपल्याला अशा प्रकारे कळू शकत नाही. एखादी गोष्ट एकदा वाचून पुढे जाणं यातून काही साध्य होत नाही.

आपली विचार-चौकट आकार घेते ती पुनरावृत्तीतून. थोड्या थोड्या काळाने होणाऱ्या सततच्या पुनरावृत्तीतून. ती बदलायची असेल तर त्यासाठीही तोच एक मार्ग आहे - पुनरावृत्तीचा. पण बहुतेक लोकांच्या हे लक्षातच येत नाही. ते फक्त पूर्वी ते काय करायचे आणि त्यांना काय शिकवलं गेलंय त्याचाच विचार करत राहतात. खरं सांगायचं तर तेव्हा काही त्यांचं 'ज्ञानार्जन' होत नव्हतं, तर ते फक्त बरीच माहिती गोळा करत होते.

नामांकित विद्यालयांमधून भारदस्त पदव्या मिळवलेले लोकही त्यांच्या आयुष्यात संघर्ष करत असलेले आपल्याला दिसतात. त्यांच्याकडे पुरेसे पैसे

नसतात, चांगला हुद्दा नसतो. त्यांची स्वतःची कंपनी असेल तर ते काही काळाने दिवाळखोर होतात किंवा त्यांचा व्यवसाय बंद पडतो. तुम्हाला वाटतं, 'ते इतके हुशार आहेत, मग हे असं झालं तरी कसं?'

खरी गोष्ट ही आहे की ते खूप हुशार वगैरे नसतात. त्यांनी खूप माहिती गोळा केलेली असते, पण ते ती वापरत नाहीत. त्यांचे वागणे त्यांच्याकडे असलेल्या माहितीनुसार नाही तर चौकटीच्या अधीन असते. आपले काम करताना ते कसे करावे त्यासाठी ते आपल्या ज्ञानाचा उपयोग करत नाहीत. नवल म्हणजे त्यांच्या ते कधी लक्षात येत नाही. ते कधीच थांबून त्यांना जे काही माहीत आहे त्यानुसार त्यांच्या स्वतःच्या वागण्याचा विचार करत नाहीत.

गेल्या काही वर्षांत माझ्या असं लक्षात आलं आहे की अतिशय यशस्वी लोकांमध्ये एक सुप्त गुण असतो. ते इतके यशस्वी का आहेत ते त्यांना नेमकेपणाने सांगता येत नाही. ते लक्षाधीश असू शकतात आणि त्यांनी प्रतिष्ठित संघटनांचा पाया घातला असू शकतो. पण हे ज्ञान त्यांना आपल्या मुलांना देता येत नाही, कारण ते हे कशामुळे करू शकताहेत हेच त्यांना सांगता येत नाही. ते फार तर "झालं बुवा माझ्याकडून," असं म्हणतील. लोकांना वाटतं की ही मंडळी खूप हुशार आहेत. पण खरं तर त्याचा हुशारीशी काही संबंध नसतो. त्याचा संबंध असतो तो त्यांच्या चौकटीशी. कारण आपल्यावर आपल्या चौकटीचे खूपच नियंत्रण असते.

कोणत्याही गोष्टीत यश मिळवणे हे खूपसे आपल्या मनात काय चालले आहे त्यावर अवलंबून असते. बाहेर काय चाललं आहे त्याच्याशी त्याचा काही संबंध नसतो. अगदी वाईट आर्थिक स्थितीतसुद्धा काही लोक खूप चांगली कामगिरी करतात. ग्रेट डिप्रेशनच्या काळातसुद्धा काही सगळे बेरोजगार नव्हते, की सगळ्यांचे दिवाळे निघाले नव्हते. काही लोक लक्षावधी डॉलर्स कमवून यशस्वी झाले.

त्यांना यश का मिळाले? काय होत होते? काही लोकांनाच यश का मिळाले? त्यांनी त्यांचं यश त्यांच्या मनात मिळवलं होतं. ते आतून बाहेर यावं लागतं, बाहेरून आत येत नाही. आपल्यावर आपल्या बाह्य जगाचं नियंत्रण असतं कारण आपल्याला तशी शिकवण दिली गेली आहे. बाह्य जगानं आपल्यावर नियंत्रण ठेवावं अशा प्रकारे आपण घडवले गेले आहोत.

विचार–चौकट आणि सवयी

मी म्हणालो त्याप्रमाणे, नुसते सकारात्मक विचार करून काही हे होणार नाहीये. तो एक भ्रमच आहे. त्यासाठी चौकटीतच बदल व्हावा लागतो. ही विचार–चौकट म्हणजे आपल्या सुप्त मनात घट्ट विणलेले एक कल्पनांचे जाळे असते. आपल्या सुप्त मनात घट्ट बसलेल्या कल्पनांना सवयी म्हणतात. विचार–चौकट म्हणजे आपल्या सुप्त मनात ठाण मांडून बसलेल्या अनेकानेक सवयी. सवय म्हणजे कोणत्याही सजग विचाराशिवाय व्यक्त होणारी कल्पना. तुम्ही आपोआप हालचाली करता. तुम्ही प्रामुख्याने सवयीनेच गाडी चालवता. ते करण्यासाठी तुम्हाला विचार करावा लागत नाही कारण तुम्हाला तसं प्रशिक्षित केलं गेलं आहे.

तुम्ही जर सकाळी उठल्यापासून दोन–तीन तास आपलं वागणं बारकाईने पाहिलं तर तुमच्या लक्षात येईल की तुमच्या बहुतेक सवयींचा ढाचा तुम्हाला हवे असलेले यश मिळवून देणारा नाही. मग तुम्ही स्वतःलाच विचारायला हवं, 'मी हे असं का करतो/करते आहे?'

रोज तुम्ही त्याच गोष्टी करता, कारण त्या तसं करण्याचं प्रशिक्षण तुम्हाला दिलं गेलं आहे. आपण जशा प्रकारे जगतो तसं जगण्यासाठी आपण प्रोग्रॅम केले गेलेलो असतो. सर्वप्रथम असतं ते आनुवांशिक प्रोग्रॅमिंग. त्यामुळे आपण आपल्या नातेवाइकांसारखे दिसतो. ते जन्मापासूनच आपल्या गुणसूत्रांमध्ये अंतर्भूत असते. प्रत्येक व्यक्ती ही आधीच्या अनेक पिढ्यांच्या गुणसूत्रांचा परिपाक असते. त्याचे आपल्यावर, आपण करतो त्या प्रत्येक गोष्टीवर नियंत्रण असते. एखाद्या व्यक्तीची विचार–चौकट काय असेल याचा तिने शाळेत काय शिकले आहे याच्याशी काही संबंध नसतो. एखाद्याची विचार–चौकट वाईट असेल तर तो उत्तम शिक्षण असूनही अयशस्वी होईल. तिला/त्याला शिक्षणाचा काही उपयोग होणार नाही.

सर्वांत आधी आपल्याला विचार–चौकट बनते कशी ते समजून घ्यावं लागेल. मग ती कशी बदलायची त्याबद्दल आपण विचार करू. बहुतेक लोकांना नेमकं हेच कळत नाही. हे काही शाळेत शिकवलं जात नाही. ते शिकण्यासाठी संधीही खूप कमीच असतात. ही कल्पना जेव्हा माझ्या डोक्यात आली तेव्हा मला धक्काच बसला. कारण मी या क्षेत्रात काम करत असलो तरीही मलाही हे तत्त्व खूपसं नीट कळलं नव्हतं.

सुप्त क्षमता

खूप पूर्वी, १९६१मध्ये माझी वार्षिक कमाई ४,००० डॉलर्स होती आणि माझ्या डोक्यावर ६,००० डॉलर्सची उधारी होती. त्यातून मी कशा प्रकारे बाहेर येईन हे माझं मलाच कळत नव्हतं. पाच वर्षांनी मी वर्षाला एक लाखाहून जास्त डॉलर्स कमवत होतो आणि टोरोंटो, माँट्रियल, बॉस्टन, क्लीव्हलँड, ॲटलांटा आणि लंडनमध्ये शाखा असलेल्या कंपनीचा मालक होतो.

मी फारच बेजबाबदारपणे वागत होतो. मी राहत होतो लंडनमध्ये; तिथे जाऊन मी तिथेच कंपनी सुरू केली होती. मी प्लेबॉय क्लबमध्ये जायचो, रूलेट खेळायचो आणि पैसे गमावले तरी मला त्याची पर्वा नसायची; कारण पैसा कुठे असतो आणि तो कसा मिळवायचा हे मला माहीत होतं.

एके दिवशी मी थांबलो आणि विचारलं, ''हे झालं तरी कसं? माझ्या आयुष्याने इतकं नाट्यमय वळण कसं घेतलं?'' मला त्याचं उत्तर देता आलं नाही. असं कसं झालं ते मला माहीत नव्हतं. तुम्हाला पुष्कळ पैसा कमवायचा असेल तर तुम्ही खूप हुशार असायला हवं असं मला लहानपणापासून शिकवलं गेलं होतं. मी काही खूप हुशार नाहीये हे मला माहीत होतं, पण मी भरपूर पैसा कमवत होतो. शिवाय, लहानपणापासून माझ्यावर असंही बिंबवलं गेलं होतं की, 'तुम्ही शाळेत गेला नाहीत तर तुम्हाला कधीच चांगली नोकरी मिळत नाही.' आता हेही मी केलं नव्हतं. मी दोन महिनेच हायस्कूलमध्ये गेलो. मला चांगली नोकरी नव्हती पण माझ्या मालकीची एक अख्खी कंपनीच होती.

त्या वेळी मी लहानपणापासून जे जे काही मला शिकवलं गेलं होतं ते तपासायला सुरुवात केली आणि माझ्या लक्षात आलं की, त्यातलं बहुतेक सगळं फोल आहे. एक व्यक्ती दुसऱ्यापेक्षा चांगली असू शकते का? नाही. कुणीही दुसऱ्या कुणापेक्षा चांगलं नसतं. त्यांनी साध्य केलेलं दुसऱ्यापेक्षा थोडं जास्त असू शकतं, त्यांची कमाई जास्त असू शकते, ते जास्त कार्यक्षम असू शकतात, त्यांचा पळण्याचा वेग जास्त असू शकतो; पण आपण सगळे अगदी सारखेच असतो. आपल्या सगळ्यांना अग्निपरीक्षा द्यावी लागली तर सगळ्यांचा निकाल एकच असेल. आपण म्हणजे स्थूल वस्तुमान, ऊर्जा आणि कंपनं आहोत. रंग, आकार, लिंग हे सगळं फिजूल आहे.

आपण सगळे एकच आहोत. आपण हे लक्षात घ्यायला हवं की आपण सगळे अगदी अचूक अशा नियमांच्या अधीन आहोत. ते बदलत नाहीत. ते मानवनिर्मित नाहीत, त्यामुळे अर्थातच मानव त्यांना बदलणार नाही. हे नियम समजून आपले आयुष्य या नियमांच्या अनुषंगाने घालवण्याच्या आपल्या क्षमतेवर आपले यश अवलंबून असते.

एके दिवशी मला एक अद्भुत अनुभव आला आणि माझ्या डोक्यात जणू सगळं काही इकडचं तिकडे व्हायला लागलं. मी जसा वागत होतो तसा का वागत होतो ते मला कळेना. मी का जिंकतोय ते मला कळेना. माझ्याकडे काही औपचारिक शिक्षण नव्हतं, धंदा करण्याचा अनुभव नव्हता. मी ठरवलं, 'मी याचा माग लावणारच आहे. मी का यशस्वी होतोय ते मी शोधून काढणार आहे.'

साडेनऊ वर्षे एकाग्रतेने, जाणीवपूर्वक, सूक्ष्म विचार केल्यावर मला त्याचं उत्तर सापडलं. आणि जेव्हा मला ते मिळालं तेव्हा मला फक्त त्याच्यावर आणखीन काम करायचं होत, बस्स. मी तेव्हा बिल्डिंग मेंटेनन्समध्ये होतो. एक ऑफिस स्वच्छ करण्यापासून सुरुवात करून मी तोपर्यंत वेगवेगळ्या शहरांतली अनेक ऑफिसे स्वच्छ करत होतो. ते सोडून मी नाइटिंगेल-कॉनंट कॉर्पोरेशनमध्ये काम करायला सुरुवात केली. वार्षिक एक लाख डॉलर्स कमाईवरून मी १८,००० डॉलर्सवर आलो. पाच वर्षांनंतर मी ३३,००० डॉलर्स मिळवत होतो.

तिथे काम करू देण्यासाठी मी त्यांना पैसे द्यायलासुद्धा तयार होतो. याचं कारण होतं त्यांच्याकडे असलेलं साहित्य (material). माझ्या मते, अर्ल नाइटिंगेल आणि लॉइड कॉनंट हे दोघे अगदी निर्विवादपणे आत्यंतिक प्रतिभावान आहेत. त्यांच्या कामानं माझ्या मनावर एकदम गारुड केलं होतं. ते जे करत होते ते करणाऱ्या दुसऱ्या कुणालाही मी ओळखत नव्हतो. मला शिकायचं होतं, आणि ते मी केलं. एखाद्या शास्त्रज्ञानं करावा तसा मी त्यांचा अभ्यास केला. आणि तेव्हाच मी वेगवेगळ्या गोष्टींची परस्परसंगती लावायला सुरुवात केली.

माझा जन्म मंदीदरम्यान झाला. मी फक्त सहा वर्षांचा होतो तेव्हा साऱ्या जगाला वेढणारं युद्ध सुरू झालं. प्रत्येक गोष्टीची उपलब्धता मर्यादित होती. माझ्या जीवनाचा काही काळ खरंच मजेदार होता. त्या वेळी फक्त वाईट बातम्याच यायच्या. एका लहान मुलाच्या मनाचा विकास करण्यात

कुणालाच रस नव्हता. माझ्या आईला तर तीन मुलांना मोठ्ठं करायचं होतं. तिच्यासाठी गुजराण करण्यापेक्षा दुसरं काही महत्त्वाचं नव्हतं.

१९६१मध्ये मी बॅटरीवर चालणाऱ्या माझ्या छोट्याशा टेप रेकॉर्डरवर अर्ल नाइटिंगेल यांची ध्वनिमुद्रितं (रेकॉर्डिंग्ज) ऐकणं सुरू केलं आणि स्वतःला थांबवणंच मला कठीण होऊ लागलं. अर्ल नाइटिंगेलसारखं बोलणारं दुसरं कुणी मी ऐकलंच नव्हतं. देवाचा असा काही आवाज असेल तर तो त्यांचाच असेल असं मला वाटायचं. मग त्या साहित्यात मी जणू आकंठ बुडून गेलो. १९६१पासून आजपर्यंत त्याचा अभ्यास मी कधीच थांबवला नाहीये.

सजगता विकसित करणे

हे सारं साहित्य शाळेत किंवा खरं तर त्याआधीच शिकवलं गेलं पाहिजे. हे अगदी एखाद्या लहान बाळालाही शिकवता येईल. आपला समाज बुद्धिमत्तेच्या विकासाच्या कल्पनेनं जणू झपाटला गेला आहे. सजगतेकडे मात्र आपण दुर्लक्ष करतो. एखाद्या माणसाकडे दोन-तीन विषयांमध्ये पीएचडी असूनही पैसे कसे कमवावेत, व्यवसाय कसा उभा करावा, वैयक्तिक विकास कसा साधावा याबद्दल तो अनभिज्ञ असू शकतो.

सजगता अतिशय महत्त्वाची आहे. मला वाटतं, आपल्याला देव किंवा असीम प्रज्ञेशी आपल्या एकरूपतेची जाणीव जागृत करायची असते. ती जितकी जास्त जागृत होईल तितकं आपल्याला मिळणाऱ्या फळामध्ये तिचं प्रतिबिंब दिसून येतं. अशा सजगतेच्या अभावाचा परिणामही आपल्याला आपल्या फळांमध्ये दिसून येतो.

अर्ल यांचा एक अतिशय प्रसिद्ध कार्यक्रम होता 'द स्ट्रेन्जेस्ट सीक्रेट'. त्यात त्यांनी सांगितलं होतं की तुम्ही ज्याचा विचार करता ते तुम्ही बनता. याचा जितका विचार करावा तितकं त्याचं गांभीर्य लक्षात येतं. याच्या थोडं पुढं जाऊन मी म्हणेन की आपल्याच विचारांनी आपण आपल्या प्रगतीवर अंकुश ठेवतो.

या विश्वाचा आपण स्वतः हा एकमेव असा भाग आहे जो आपण बदलू शकतो, हे लक्षात घेऊन सुरुवात करायला हवी. दुसरं काहीही आपण बदलू शकत नाही. आपण आपल्या भोवतालची परिस्थिती किंवा

वातावरण बदलू शकत नाही. जे काही होत असतं त्याबरोबर जुळवून घेऊन आपल्याला पुढे जात राहावं लागतं. पण आपण सामना करत असलेल्या बाह्य परिस्थितीपेक्षा आपण जास्त मोठे असतो हेही आपण समजून घ्यायला हवं. त्या गोष्टींना मी काही फारसं महत्त्व देत नाही कारण त्या बदलत राहतात. नंतर काही वेगळं होतं. आपण तशी मुभा दिली तर कोणता ना कोणता बाह्य घटक आपल्यावर नियंत्रण ठेवेल. मी तसं होऊ देत नाही. माझ्यावर माझ्या स्वतःचाच ताबा आहे.

दुसरी गोष्ट म्हणजे फक्त आपण काय विचार करतो ते नाही, तर आपण काय अंगी बाणवतो ते महत्त्वाचं आहे. एखादी कल्पना अंगी न बाणवताही आपण त्याबद्दल विचार तर करूच शकतो. त्या कल्पना तुम्ही तुमच्यात भिनवणं, त्या तुमच्या भावनांचा भाग बनणं अभिप्रेत आहे अन्यथा, त्यांचा तुम्हाला काही उपयोग होणार नाही. तुम्ही त्या फक्त जागरूक मनाच्या पातळीवर ठेवल्यात तर असं होऊ शकतं की श्रीमंतीचा विचार करत तुम्ही गरिबीत जगत असाल. समृद्धीचा विचार तुमच्या अंगी भिनला नसेल तर तुम्ही गरीबच राहाल.

नेव्हिल या नावाने परिचित असलेले नेव्हिल गोदार्द प्रेरणाविषयक लेखक आणि वक्ते आहेत. त्यांनी हे फारच समर्पकपणे मांडलंय. ते म्हणतात, ‘‘ज्यानं शहाणपणानं आणि सजगतेनं काही परिस्थिती निर्माण केली आहे त्याच्यासाठी भविष्यकाळ हाच वर्तमान व्हायला हवा. अन्य कोणत्याही प्राणिमात्रांना न लाभलेली बुद्धीची देणगी आपल्याला मिळाली आहे. या जगातले इतर सर्व जीव आपापल्या भोवतालात सहजतेने राहतात. त्याच्याशी एकरूप होऊन जातात. आपल्याला मात्र आपले स्वतःचे भोवताल निर्माण करण्याची क्षमता असल्याने आपण एकदम सैरभैर होऊन जातो. पण आपल्या शिक्षणपद्धतीतून आपण या उच्च मानसिक क्षमतांबद्दल काहीही माहिती न मिळवता बाहेर पडू शकतो.’’

स्मृती, बोध, इच्छा, तर्क, कल्पनाशक्ती, अंतर्ज्ञान या सर्व विलाक्षण शक्ती आहेत. पण त्या कशा काम करतात हे आपल्याला माहीत आहे का? बहुविक्रित लेखक स्व. वेन डायर म्हणायचे, ‘‘तुम्ही एखाद्या गोष्टीकडे कसं पाहता ते बदललं की तुम्ही ज्याकडे पाहताहात तेही बदलतंच.’’ तुमचं आकलन बदललं की तुमचं जगही बदलतं. आपल्याला परिपूर्ण स्मृती, परिपूर्ण अंतर्ज्ञान लाभलेलं आहे. आपल्या सर्व उच्च नैसर्गिक शक्ती परिपूर्ण

आहेत. त्यांचं संगोपन करण्याची आवश्यकता असते. पण आपल्याला तर त्या आहेत हेच कधी सांगितलं जात नाही. कल्पनाशक्ती ही काही फक्त खेळण्यासाठी, मन रमवण्यासाठी नाही. आपल्या भोवती आपण जे काही बघतो, आपल्या सभोवतालचं सारं जग हे आधी कल्पनेत निर्माण झालं आणि मग त्याला भौतिक स्वरूप मिळालं. जग हे नियमाप्रमाणेच चालतं.

एरोस्पेस अभियंता वेर्नर व्हॉन ब्रॉन यांनी हे फार सुंदर पद्धतीने व्यक्त केलं आहे. जॉन केनेडींनी जेव्हा त्यांना, "माणसाला बसवून चंद्रावर घेऊन जाऊन सुरक्षित परत पृथ्वीवर आणणारं रॉकेट बनवण्यासाठी काय लागेल?" असं विचारलं तेव्हा ब्रॉन यांचं उत्तर होतं, "ते करण्याची इच्छा."

इच्छाशक्ती ही आपल्या अतिशय उच्च कोटीच्या क्षमतांपैकी एक आहे. आपल्या मनाच्या पडद्यावरचे इतर सर्वकाही पुसून टाकून एकच कल्पना धरून ठेवणे तिच्यामुळेच शक्य होते. जेव्हा एखाद्या कल्पनेवर आपण लक्ष केंद्रित करतो तेव्हा ती कल्पना साकार होते. अँड्र्यू कार्नेगी यांनी म्हटल्याप्रमाणे, 'मनात साकारलेल्या कोणत्याही कल्पनेला जेव्हा आपण महत्त्व देतो, आपल्याला तिच्याबद्दल भीती किंवा आदर वाटतो, ती तत्क्षणी उपलब्ध असलेल्या सर्वांत सोयीच्या आणि साजेशा स्वरूपात आकार घेऊ लागते. या विश्वाच्या अगदी मूलभूत सिद्धान्तांपैकी एक आहे ऊर्जेच्या अखंड रूपांतराचा. ऊर्जा सतत एकातून दुसऱ्या रूपात, स्वरूपामधून आणि स्वरूपाच्या बाहेर संक्रमित होत असते.'

ऊर्जा आणि स्वरूप

एखाद्या निरभ्र दिवशी आकाशात तुम्हाला काही ढग जमेलेले दिसतात. ते दुसरे तिसरे काही नाही, तर आकार धारण करणारी ऊर्जा आहे. मग ते ढग काळे आणि मोठे होऊ लागतात. आणि मग गडगडाट होतो आणि पाणी बरसू लागतं. तिथं पुरेसा वेळ थांबून निरीक्षण केलंत तर ते पाणी जिथून आलं तिथेच परत गेल्याचं तुम्हाला दिसेल. ऊर्जा आपल्या स्रोताकडे परत जाते. आपल्या स्वतःच्या आणि आपण वापरत असलेल्या प्रत्येक गोष्टीबद्दल हे खरं आहे.

आपण नियमांच्या चौकटीत राहतो. बहुतेक लोकांना हे नियम कळत नाहीत. तरीही बहुतांश वेळा ते त्यांच्याशी ताळमेळ साधून राहतात. जसजसे

आपण हे नियम समजून आपले आयुष्य त्यांच्यानुसार व्यतित करू लागतो तसतसे सगळे नीट व्हायला लागते.

राल्फ वाल्डो इमर्सनच्या मते, 'कारण आणि परिणामाचा नियम हा सर्व नियमांचा मुकुटमणी आहे. जे तुम्ही देता तेच परत येतं. तुम्ही खूप चांगलं काही दिलंत तर तुम्हालाही खूप चांगलच मिळेल. कारण तुम्ही त्याच्याशी सूर मिळवून चालला आहात.' 'द सीक्रेट' प्रकाशित झाले तेव्हा त्याचा खूप उपयोग झाला, पण अनेक लोकांच्या मनात खूप गोंधळही उडाला. त्यांचा आकर्षणाच्या सिद्धान्तावर (Law of attraction); विचार करावा ते मिळतं यावर विश्वास असतो - पण ज्यांचा त्यावर विश्वास असतो त्यांनाही तो खरं तर नीट कळत नाही. आकर्षणाचा सिद्धान्त दुय्यम आहे. मूलभूत सिद्धान्त आहे तो कंपनांचा सिद्धांत (law of vibrations). त्याप्रमाणे सर्वकाही चल आहे, काहीही स्थिर नाही. आपण भावनांच्या समुद्रात राहतो आणि आपण एखाद्या ठरावीक तरंगलांबी किंवा फ्रिक्वेन्सीने विचार करतो. विचार हे ऊर्जा आहेत.

तुमचे विचार ज्या तरंगलांबीवर असतात त्याने तुम्ही काय आकर्षित कराल ते निश्चित होते. कारण कंपनांमध्ये तुम्ही राहता तेच (तुमचे विचार) तर निश्चित करतात. ज्याच्याशी तुमचे सूर जुळलेले नाहीत असे काहीही तुम्ही आकर्षित करू शकत नाही. एखादी व्यक्ती गरीब असेल, तिच्याकडे पैसा नसेल, तिने कधीच पैसा पहिला नसेल आणि तिला श्रीमंत व्हावेसे वाटत असेल तरी ती कायम गरिबीतच राहील. याचं कारण हे की ती व्यक्ती गरिबीच्या कंपनांमध्ये राहते आहे. जेव्हा हे समजून घेऊन ती व्यक्ती आपले विचार बदलेल तेव्हा ती एका वेगळ्या जगात जाईल आणि तिच्या आयुष्याचा पट बदलून जाईल.

शिक्षण म्हणजे आपल्या डोक्यात माहितीचा भरणा करणं, असं आपण समजतो. पण खरं ते तेवढ्यापुरतं सीमित नाही. प्रसिद्ध शिक्षणतज्ज्ञ मारिया मॉन्टेसरी यांच्या मते, 'आपण मुलांना शाळेत पाठवतो. आपली समजूत असते की ती एखाद्या भांड्यासारखी आहेत. ती भांडी भरून जावीत अशी आपली अपेक्षा असते. पण सत्य तर हे आहे की भांडं आधीपासूनच भरलेलंच असतं.' जे काही ज्ञान आहे, जी शक्ती आहे तिचं अस्तित्व सर्वव्यापी आहे. तुम्हाला ज्याची जरूर आहे ते सारं ज्ञान, ती सगळी शक्ती तुमच्याकडे आहेच. तुम्हाला ऊर्जा मिळत नाही, तुम्ही ती मुक्त करता,

इच्छा-आकांक्षांच्या रूपात. तुमची काही इच्छा असेल ती साध्य करण्याची ऊर्जा तुमच्याकडे असतेच.

आपली आध्यात्मिक गुणसूत्रे अगदी परिपूर्ण असतात. आपल्यातला प्रत्येक जण परिपूर्ण असतो आणि ती परिपूर्णता आपल्यामधून, आपल्याद्वारे व्यक्त होऊ पाहत असते. चैतन्याला नेहमी विस्तार आणि अभिव्यक्ती हवी असते. आपण निखळ, ते नेहमीचं शुद्ध चैतन्य म्हणून आपण जे काही आहोत त्याची निखळ अनुभूती असते. त्याला कायम जास्त मोठ्या प्रकारे व्यक्त व्हायचे असते. म्हणूनच तर आपल्याला वस्तू हव्या असतात. खरं तर आपल्याला काही प्राप्त करायचं नसतं, आपल्याला अधिक मोठ्ठं व्हायचं असतं. 'मला जास्त वेगानं पळायचं आहे, आणखीन उंच उडी मारायची आहे.' चैतन्य आपल्या माध्यमातून व्यक्त होऊ पाहत असते. आपण सारे चैतन्यमय आहोत. आपल्याला काही आध्यात्मिक अनुभव आला असं लोक म्हणताना तुम्ही ऐकलं असेल. पण ते खरं नाही. खरं हे आहे की ते शरीराचा अनुभव घेणारे आत्मा किंवा चैतन्य आहेत.

आपल्यातील परिपूर्णता सतत व्यक्त होऊ पाहत असते. म्हणूनच आपण पळत असलो तर आपल्याला जास्त वेगाने पळायचे असते. आपण उडी मारत असलो तर अपल्याला जास्त उंचापर्यंत उडी मारायची असते. आपण कशाची विक्री करत असलो तर आपल्याला जास्त विक्री करायची असते. आपण नेमकं काय करत आहोत त्यानं काही फरक पडत नाही. जास्त, अधिक करण्याची आकांक्षा आपल्यात असतेच. ते का, हे आपल्याला समजलं पाहिजे.

सर्जनशील असमाधान

मी छोटा होतो तेव्हा माझी आजी मला सांगायची, ''जे आहे त्यात समाधानी रहा.'' आजी अतिशय प्रेमळ होती. तिचं चूक आहे असं आम्हाला म्हणायचं नसे. कारण आजी कशी बरं चूक करेल? पण ती चुकीची होती.

जे आपल्याकडे आहे तेवढ्यात आपण कधीच समाधानी असू नये.

असमाधान ही एक सर्जनशील अवस्था आहे. जास्त हवं असेल तर तुम्ही जास्त कृती कराल. तिथे मिळणं विशेष महत्त्वाचं नसेल. जास्त असल्याने तुम्ही जास्त चांगले व्हाल असं तुम्हाला वाटत असेल तर

तुम्ही स्वतःचीच चेष्टा करताहात. तुमची घोर निराशा होणार आहे. करणं जास्त महत्त्वाचं आहे. तुम्ही जे काही कराल ते स्वतःच्या गुणदोषांच्या पूर्ण जाणिवेसह, पूर्ण झोकून देऊन कराल. मी फक्त तेवढंच करतो. मी माझ्यातील सत्त्व अधिकाधिक व्यक्त करण्याचा प्रयत्न करतो. मी काल करत होतो त्यापेक्षा जास्त चांगल्या प्रकारे काम करायचा प्रयत्न करतो.

निवृत्ती ही कल्पना असे दर्शवते की, आयुष्यात आधीच पुरेशी कमाई करावी. म्हणजे नंतर काम करायला लागू नये. पण आपला जन्म कामासाठी झालेला नाहीये. काम आपल्यासाठी आहे. आपल्याला आपल्या कामातून समाधान मिळतं. तुम्हाला समाधान मिळतं म्हणून तुम्ही काम करता. सेवा दिल्यानं तुम्हाला पैसे मिळतात. पैसे मिळवण्यासाठी तुम्ही सेवा देता.

हे नीट समजून घेणं आवश्यक आहे. याबद्दल आपली गैरसमजूत असते, कारण आपल्या दृष्टीने अधिकारस्थानी असलेल्या व्यक्तींचीही याबद्दल गैरसमजूत असते. त्यांच्याकडून आपण शिकत असतो. आणि मग आपल्याला वाटतं की ते कसे चूक असतील?

कंपन्या आणि संस्था

आत्तापर्यंत आपण व्यक्तींबद्दल बोलत होतो. त्याच कल्पना आता आपण कंपनीसारख्या जास्त मोठ्या समूहांना कशा लागू पडतात ते पाहू या. ही तत्त्वं महत्त्वाची आहेत, पण अधिकारस्थानी असलेल्या लोकांना ती नीट कळतात असं मला वाटत नाही. आपण प्रणाली, इमारती, वस्तू यांवर खूप पैसे खर्च करतो, पण तेवढी गुंतवणूक आपण माणसांमध्ये मात्र करत नाही.

हॉटेलचेच उदाहरण घ्या. त्यातल्या लोकांशिवाय त्या हॉटेलला काही अर्थच राहत नाही. राहते ती फक्त सामान आणि साधनांनी भरलेली इमारत. लोक वगळले तर एखाद्या हॉटेलच्या सेवेला काय अर्थ राहील बरं? आपल्याला व्यवसाय उभा करायचा असेल तर त्यातल्या लोकांना घडवणे अपरिहार्य आहे.

प्रत्येकामध्ये सुप्त गुण असतात. त्या क्षमतांचा विकास कसा करावा हे आपण शिकायला हवं. एखाद्याने चांगल्या प्रकारे काम करावं असं तुम्हाला वाटत असेल तर त्या व्यक्तीला काय हवं आहे ते शोधून काढा. जेव्हा तिला जे हवं आहे त्यासाठी ती व्यक्ती काम करत असेल तेव्हाच ती जास्तीतजास्त

चांगले काम करण्याचा प्रयत्न करेल. तुमच्या साऱ्या गुणदोषांसकट झोकून देऊन काम करण्यासाठी तुम्हाला मनापासून त्या गोष्टीची आस असावी लागते.

कधी आपण आपल्या कर्मचाऱ्यांना सांगतो की, हे तुम्ही चुकीच्या पद्धतीने करता आहात. मी ते करण्याची बरोबर पद्धत तुम्हाला दाखवतो. पण त्यानंतरही ते त्यांच्या पूर्वीच्या पद्धतीनेच काम करत राहतात. कारण ते त्यांच्या सवयीचे गुलाम आहेत. ती त्यांची विचार-चौकट आहे. त्यांना एखादी गोष्ट सांगून काही ती बदलणार नाही. एखाद्या दिवसासाठी तुम्हाला त्यांच्यात फरक दिसेलही. पण नंतर परत 'ये रे माझ्या मागल्या!' त्यांची जुनीच विचार-चौकट परत येईल.

विचार-चौकटीची तुलना तापमान नियंत्रकाशी (thermostat) करता येईल. विचार-चौकट कोणत्याही व्यक्तीच्या कामगिरीचे तापमान नियंत्रित करते. तुम्हाला त्यांच्या कामगिरीचे तापमान बदलायचे असेल तर त्यांची विचार-चौकट बदलायला लागेल. त्यांचा तापमान नियंत्रक बदलायला लागेल. तो बदलायचा तर तुम्हाला आधी तो समजून घ्यायला हवा. तुम्ही लोकांना ते कोण आहेत, काय आहेत आणि त्यांना कशानं प्रेरणा मिळते हे त्यांना कळून यावं यासाठी प्रशिक्षित करायला हवं.

मी कंपन्यांमध्ये ही तत्त्वं शिकवली आहेत. त्याचे परिणाम अक्षरश: नेत्रदीपक असायचे. खूप पूर्वी, एकोणीसशे सत्तरच्या दशकात मी प्रूडेन्शिअल ऑफ अमेरिका आणि मेट्रॉपॉलिटन या दोन सर्वांत मोठ्या विमा कंपन्यांमध्ये गेलो होतो. त्यांच्या लोकांना आम्ही काही नव्या सवयी कशा लावाव्या हे शिकवलं आणि त्यांची विक्री शेकडो लाख डॉलर्सनी वाढली. मी लोकांना सकाळी ९ वाजता संभाव्य खरेदीदारासमोर जाऊन त्यांच्या समोर १,००,०००चा विमा घेण्याचा प्रस्ताव ठेवायला प्रवृत्त केलं. आम्ही त्यांना सांगायचो, "तुम्हाला काहीही विकायची गरज नाही. फक्त त्यांना घ्यायला सांगा. तुम्हाला वेगळं करायचं आहे ते एवढंच की सकाळी ९ वाजता त्या व्यक्तीसमोर हजर होऊन तिला १,००,०००चा विमा घ्यायला सांगायचं." एका आठवड्याच्या आतच १,००,०००च्या विम्याची विक्री आधीपेक्षा कितीतरी वाढली.

मी तुरुंगातही हेच होताना पाहिलं आहे. जेव्हा तुम्ही एखाद्या व्यक्तीला जे काही फळ मिळतंय ते का, ते समजावता आणि ते फळ किंवा परिणाम बदलण्यासाठी काय करायला हवं ते सांगता तेव्हा ती व्यक्ती ते ऐकून त्याप्रमाणे

करण्याची शक्यता बरीच जास्त असते. तुम्ही नुसताच त्यांना बदलायचा प्रयत्न करणार असलात तर त्याचा काही उपयोग होणं कठीण आहे.

लोक बदलाचा प्रतिकार करत नाहीत. त्यांचा प्रतिकार त्यांच्यात बदल करण्याला असतो. तुम्ही बदलायचं ठरवलंत तर तुम्ही बदलू शकता. जर तुम्ही बदलावं असं मी ठरवलं, पण तुम्ही बदलला नाहीत तर तुम्ही माझ्या प्रयत्नांचा प्रतिकार कराल. जास्त चांगली कामगिरी करणं, बदलणं, जास्त कार्यक्षम बनणं लोकांना हवंसं वाटायचं असेल तर आपण ते लोकांसाठी जास्त आकर्षक बनवायला हवं. त्यासाठी त्यांना नेमकं काय आवडतं ते आपल्याला समजून घ्यायला हवं. त्यांचे मनोव्यापार समजून घ्यायला हवेत. मनाचं काम कसं चालतं हे समजून घेणं काही फक्त मानसशास्त्रज्ञांचं काम नाही. सर्वांनाच ते आवश्यक आहे. कारण मन म्हणजे गती, हालचाल. शरीर हे त्या गतीचीच अभिव्यक्ती असते.

गांधीजींची एक गोष्ट आहे. मोठ्या गर्दीतून एक माणूस त्यांच्यापर्यंत पोहोचला. त्यांच्या हातात एक कागदाचा चिठोरा ठेवत त्यानं त्यांना विनंती केली, 'माझ्यासाठी तुम्ही यावर काही मोठा संदेश लिहून द्याल का?' गांधीजींनी त्यावर लिहिलं, 'मीच माझा संदेश आहे.' तुम्ही नेतृत्व करत असाल तर लोकांनी ज्या तरंगांच्या ज्या पातळीवर असावं असं तुम्हाला वाटतं त्या पातळीवरूनच तुम्हाला स्वतःला काम करावं लागेल. तुमच्या संस्थेसाठी तुमची जी ध्येयं असतील ती तुमच्या आचरणात असलीच पाहिजेत.

त्याचप्रमाणे, जर तुमच्या संस्थेतील लोकांनी स्वतःला समजून घ्यावं असं तुम्हाला वाटत असेल तर आपणही त्यांना समजून घ्यायला हवं. आपण त्यांच्या बरोबर शिकायला हवं.

अर्ल नाइटिंगेल यांच्या बरोबर काम करण्यात मला सर्वांत जास्त मजा कशामुळे आली असेल, तर ते स्वतःही कायम शिकत असत. ते सतत अभ्यास करत असत. गांधीजी म्हणाले होते ना, ''मीच माझा संदेश आहे.'' अर्ल तसेच होते.

ते काय करायचे आणि कशाचा अभ्यास करायचे, त्याचं मी निरीक्षण करायचो. एकदा त्यांच्या पुस्तकाच्या होल्डरमध्ये विसाव्या शतकाच्या सुरुवातीला प्रेरणेबद्दल लिहिणाऱ्या थॉमस ट्रोवर्ड यांचं एक पुस्तक होतं. त्याचं एक पान उघडं होतं.

"काय विशेष आहे बरं त्यात?" मी विचारलं.

"तीन महिने झाले त्याचा अभ्यास करतोय मी."

"ते एकच पान?"

"होय. ते कळलं की मग पुढच्या पानावर जाईन."

मीही तेच करायला सुरुवात केली. ट्रोवर्डची सगळीच पुस्तकं आणली. मी सतत त्यांचा अभ्यास करत असतो. अर्ल करायचे तेच करायला मी सुरुवात केली. अर्ल खुद्दच माझ्यासाठी संदेश होते. माझ्या मते, हेच करायला लागतं आपल्याला. जर आपल्याला लोकांचं नेतृत्व करायचं असेल तर जे त्यांनी करावंसं वाटतं ते आपण करावं लागतं. जे आपण स्वतःच करत नसतो ते करा म्हणून लोकांना सांगण्यात काही अर्थ नसतो.

तुमचा प्रोग्रॅम समजून घ्या

विचार-चौकट ही आपण अभ्यासू शकत असलेली सर्वांत महत्त्वाची संकल्पना आहे. आपल्या आयुष्यातील प्रत्येक गोष्टीवर तिचे नियंत्रण असते. माझ्या मते, आता ही कल्पना मला जास्त चांगल्या प्रकारे समजते; पण मला ती अजूनही जास्त चांगली समजून घ्यायची आहे. म्हणून मी आणखीन जास्त अभ्यास करत राहतो. तुम्हाला कोणतीही गोष्ट बदलायची असेल तर तुम्हाला पुनरावृत्ती करत राहावी लागते. तुम्हाला तुमचं स्वतःचं नाव एकदाच सांगितलं गेलं असतं तर ते काय आहे आहे ते काही तुम्हाला कळलं नसतं. तुम्हाला त्या नावानं पुन्हा पुन्हा बोलावल्यावर मग तुम्ही त्याला प्रतिसाद देऊ लागलात.

आज ज्यांचा लोकांवर पगडा आहे त्यांतल्या अनेक कल्पना अगदी निरर्थक आहेत. तीन-चारशे वर्षांपूर्वी होऊन गेलेल्या कुणीतरी त्या मांडल्या असतील. पण तेव्हापासून त्या आपल्या गुणसूत्रांतून संक्रमित होत आल्या आहेत. आता त्या तुमच्या गुणसूत्रांचा एक भाग बनल्या आहेत. तुम्ही जीव धारण केल्यानंतर साधारण २८० दिवस, तुम्ही जन्म घेईपर्यंत त्यांचा विस्तार होत होता. तुमचं मन अगदी सतर्क, जागं होतं. तुमच्या आजूबाजूला होत असलेलं सगळं थेट तुमच्या सुप्त मनात नोंदलं जात होतं.

या शर्यतीत बहुतेक सर्वच जण उशिरा प्रवेश करतात. पण काही हरकत नाही. हेही तुम्ही बदलू शकता. बदलायला सुरुवात केली तेव्हा

मी सव्वीस वर्षांचा होतो. पण तरीही बऱ्यापैकी ठीकच जमलं ते मला. मी जवळजवळ काही लाख लोकांना बदलण्यासाठी मदत केली आहे. पण अजूनही शिकण्यासारखं बरंच आहे.

बऱ्याच काळापासून मी हे करतो आहे. मी तुरुंगांत, शाळांमध्ये आणि कंपन्यांमध्येही गेलो आहे. माणूस ही जीवनाची फारच अद्भुतरम्य अभिव्यक्ती आहे. आपल्यात अफाट शक्तींचे भांडार लपलेले आहे. आपल्याला बदलायचं असेल तर त्यात काय आहे हे आपल्याला माहीत हवं. गाडी चालवायची असेल तर गिअर कशासाठी असतात ते तुम्हाला माहीत हवं ना. तुम्ही कम्प्यूटरवर काम करणार असाल तर तुम्हाला तुमच्या कम्प्यूटरबद्दलही काही माहिती असायला हवी. आपल्या कम्प्यूटरमध्ये प्रोग्रॅम्स असतात. त्यांच्यावर आपण विसंबून असतो. आपल्याला प्रोग्रॅम बदलून हवा असेल तर कोड लिहिणाऱ्या एखाद्या माणसाकडून आपण ते काम करून घेतो.

तुमची विचार-चौकट हासुद्धा तुमच्या जैविक कम्प्यूटरचा एक प्रोग्रॅमच आहे. तुमच्या आयुष्यावर नियंत्रण असणारा हा प्रोग्रॅम ज्यांनी लिहिला त्या लोकांना मनाबद्दल काहीच माहिती नव्हती. त्यांना जे मिळालं ते त्यांनी तुम्हाला दिलं. तरीही हा प्रोग्रॅम वारंवार सांगून सांगूनच तुमच्या मनावर बिंबवला गेला आहे. त्याच त्या गोष्टी पुन्हा पुन्हा आपल्याला शिकवल्या गेल्या - चमचा कसा धरायचा, कसे चालायचे, कसे एक पाऊल दुसऱ्याच्या पुढे ठेवायचे. शांतपणे, पुन्हा पुन्हा, सातत्याने, थोड्या थोड्या वेळाने पुन्हा पुन्हा सांगून हे झाले.

परवलीचा शब्द : मनोवृत्ती

मनोवृत्तीचं महत्त्व फार मोठं आहे. या सगळ्या माहितीचं कोण काय करेल हे अवलंबून असतं त्यांच्या वृत्तीवर. माणसाचे विचार, भावना आणि कृती यांची गोळाबेरीज म्हणजे त्याची वृत्ती. इंद्रधनुष्याच्या रंगांसारख्या या गोष्टी एकमेकांशी निगडित आहेत.

अर्ल नाईटिंगेल यांचा मनोवृत्तीवर 'द मॅजिक वर्ड' (जादूचा शब्द) नावाचा एक लेख आहे. त्याचे ध्वनिमुद्रण मी पुन्हा पुन्हा जवळजवळ हजार वेळा ऐकले असेल. जादूचा शब्द आहे मनोवृत्ती, पुन्हा पुन्हा ते ध्वनिमुद्रण ऐकून मनोवृत्ती काय आहे ते मला कळले. मग माझी मनोवृत्ती कशी आहे

त्याची मला जाणीव झाली. मी कोण आहे, काय करू शकण्याची माझी क्षमता आहे याबद्दल माझी मनोवृत्ती चांगली नाही, हे माझ्या लक्षात आलं. आधी मनोवृत्ती म्हणजे नेमकं काय हे कळल्यानंतर मग ती बदलायची कशी ते मला कळलं. ती जशी घडली त्याच मार्गानं मी ती बदलली. इतर लोकांनी पुनरावृत्तीतून ती घडवली होती. अर्ल मनोवृत्तीबद्दल जे म्हणाले ते तोपर्यंत मी त्याबद्दल जे काही ऐकलं होतं त्याच्या विरुद्ध होतं. मी ते ध्वनिमुद्रण पुन्हा पुन्हा ऐकायचो.

नेपोलिअन हिल यांच्या 'थिंक अँड ग्रो रिच' या पुस्तकाची काळ्या कातडी बांधणीची आवृत्ती माझ्याकडे आहे. १९६३पासून दररोज मी ते पुस्तक वाचतोय. सव्वीस वर्षांचा असताना मी ते पुस्तक वाचायला सुरुवात केली. माझ्यापेक्षा दोन वर्षांनी मोठ्या असलेल्या माझ्या मोठ्या बहिणीची, हेलनची, पॅट नावाची एक मैत्रीण होती. तिला वाचनाची आवड होती. तिच्याकडे कायमच पुस्तकं असायची. तिच्या हातात नेहमी एक पुस्तक असायचंच. मला वाटतं, पॅटनं आमच्या गावातल्या वाचनालायातली सगळीच पुस्तकं वाचून काढली असावीत.

'थिंक अँड ग्रो रिच' हे मी वाचलेलं पहिलं पुस्तक होतं.

मला ते पुस्तक कोणीतरी पहिल्यांदा दिलं तेव्हा मी म्हणालो, ''मला वाचता येत नाही.'' ते तसं खरं नव्हतं. मी चांगला वाचक नव्हतो. पण मला वाचता येत होतं. बहुतांश लोकं वाचतात तसंच – साधारण सातवीतल्या मुलांसारखा वाचायचो मी.

ते पुस्तक वाचायला मी सुरुवात केली तेव्हा माझ्या बहिणीनं पॅटला सांगितलं, ''बॉबनं वाचायला सुरुवात केली.''

पॅट मला भेटली तेव्हा ती म्हणाली, ''हेलन म्हणाली की तू वाचतोयस.''

'होय.'

''काय वाचतोयस बरं?''

''थिंक अँड ग्रो रिच.''

''छान पुस्तक आहे. आवडेल ते तुलाही. थिंक अँड ग्रो रिच.'' ती हसली.

काही महिन्यांनी पुन्हा पॅट आणि माझी भेट झाली. तिनं विचारलं, ''काय मग, वाचन चालू आहे का बॉब अजून?''

''होय, अर्थात.'' मी उत्तरलो.

''काय वाचतोयस सध्या?''

''थिंक अँड ग्रो रिच.''

''अरेच्या, मागच्या वेळी आपण भेटलो तेव्हाही तेच वाचत होतास ना?''

''होय, तेच वाचणं चालू आहे अजून.'' मी तिला सांगितलं.

तिनं माझ्याकडे 'काय हे' अशा आशयाचा एक कटाक्ष टाकला.

काही महिन्यांनतर पॅटनं पुन्हा मला विचारलं, ''अजून वाचतोस का तू?''

'हो.'

''काय वाचतोयस?''

''थिंक अँड ग्रो रिच.''

ते एकच पुस्तक मी कितीतरी दिवस वाचत होतो. मनोवृत्ती बदलण्यासाठी जे करावं लागतं ते मी करत होतो. मी तसं करतोय हे मलाच माहीत नव्हतं. मी काही ते जाणीवपूर्वक करत नव्हतो. पण मी जे वाचत होतो त्यानं मी अक्षरशः झपाटलो गेलो होतो.

पॅटला माझं वागणं फार अजब वाटायचं. ती एक पुस्तक वाचायची आणि ते झालं की दुसऱ्याला सुरुवात करायची. पॅट सुशिक्षित होती कारण तिनं खूप पुस्तकं वाचली होती. पण तिला स्वतःला काहीच माहीत नव्हतं. ती मेंटेनन्समध्ये काम करायची. ती आणि तिच्या नवऱ्याकडे काहीच नव्हतं. त्यांनी कधी काही साध्य केलं नाही. आयुष्यात विशेष काही मिळवलं नाही. त्यांचं आयुष्य असंच गेलं. देवाची सर्वोच्च निर्मिती – आणि तसंच गेलं त्यांचं आयुष्य.

मी माझ्या सेमिनार्समध्ये नेहमी सांगतो. ''तुम्ही जेव्हा एखादं चांगलं पुस्तक दुसऱ्यांदा वाचता तेव्हा तुम्हाला काही त्या पुस्तकात पूर्वी नसलेलं काही दिसतं असं नसतं; तर तुमच्या स्वतःमध्ये पूर्वी नसलेलं काहीतरी तुम्हाला सापडतं.'' पुनरावृत्तीतून सजगता येते.

पुनरावृत्ती का आवश्यक आहे ते समजण्यासाठी मी आणखीन एक उदाहरण देईन. लहानपणी माझा जॅक ग्रेगरी नावाचा एक मित्र होता. त्याच्या घरी गेलो असताना मी विचारायचो, ''तुला येणार आहेस का?''

जॅकची आई सांगायची, ''तुला नाही बॉब, तू म्हणायचं.'' मला वाटायचं की त्यांना नीट कळत नाहीये. जॅकला यायचंय का ते मी विचारत असल्याने 'तुलाच' बरोबर आहे. मी 'तुलाच' म्हणायचो. त्या माझी चूक सुधारायच्या.

मग कधीतरी मी कोणालातरी ''तू येणार आहेस का?'' असं विचारताना ऐकलं. परत कधीतरी मी एका व्यक्तीनं तशाच संवादात दुसऱ्याला, ''तू येणार आहेस का?'' असं विचारताना ऐकलं.

मग मी स्वतःला सुधारायला सुरुवात केली. ''तुला येणार आहेस का?'' असं म्हणायला मी सुरुवात करायचो आणि मग स्वतःला थांबवत म्हणायचो, ''तू येणार आहेस का?'' बोलताना मला कसंसच व्हायचं. पण हळूहळू माझी तसं बोलायची सवय बदलली.

आता कधीही मी कुणाला तसं बोलताना ऐकलं की मला जॅकच्या आईची आठवण येते. पुनरावृत्ती करून त्यांनी माझ्या मनात एक जाणीव निर्माण केली. त्या तसं करताहेत याची त्यांना जाणीव होती असं मला वाटत नाही. मला तर निश्चितच ते माहीत नव्हतं. पण तेच तर करत होत्या त्या.

आपण सर्वांनी तेच करायला हवंय. आपल्या सवयींतून येणारं जे वागणं आहे ते आपल्याला हवे ते फळ देत नाही ही जाणीव आपण निर्माण करायला हवी. आपले वागणे कसे बदलायचे ते आपल्याला माहीत करून घ्यायला हवे. जसे निर्माण झाले तसेच, म्हणजे पुनरावृत्तीच्या साहाय्यानेच आपल्याला ते बदलायला हवे.

तेच पुस्तक वाचा. तेच ध्वनिमुद्रण ऐका. अर्ल यांचे 'द मॅजिक वर्ड'चे ध्वनिमुद्रण सहा महिने रोज काही वेळा ऐका. तुम्हाला तुमच्या मनोवृत्तीबद्दल अगदी सूक्ष्म जाणीव होईल याची मी खात्री देतो. हे ऐकायला साधं वाटत असलं तरी त्यानं तुमचं आयुष्य बदलून जाईल. माझ्याकडे अजूनही माझा जुना रेकॉर्ड प्लेअर आणि साठाव्या दशकाच्या सुरुवातीला मिळायच्या तशा अर्लच्या सहा इंची रेकॉर्ड्स आहेत. अजूनही पुन्हा पुन्हा मी त्या ऐकतो. कारण आज आहे त्यापेक्षा माझी मनोवृत्ती जास्त चांगली असू शकते हे मला माहीत आहे.

प्रकरण दुसरे

तुम्ही दुसऱ्या कुणाच्या चौकटीतून पाहत आहात का?

मी मागच्या प्रकरणात म्हटलं त्याप्रमाणे तुम्ही, तुम्ही स्वतः बनवलेल्या चौकटीत राहत नसाल अशी बरीच शक्यता आहे. फारच क्वचित कुणी स्वतःच बनवलेल्या चौकटीत राहत असतं. जवळजवळ प्रत्येकाचीच विचार-चौकट कुणीतरी बनवलेली असते. आई-वडील, पालक किंवा इतर कुणीतरी. ती त्यांचे पूर्ण आयुष्य नियंत्रित करत असते.

तुम्हाला हवे ते जग निर्माण करा

तुमच्या चौकटीप्रमाणे काम करणारे सुप्त मन अगदी खुले, मोकळेढाकळे असते आणि आवतीभोवती घडणारे सारे काही थेट तिथवर पोहोचत असते. सुप्त मन पूर्णपणे अनुमानिक अर्थात डिडक्टिव्ह असते. त्याची सर्जनात्मक क्षमता शून्य असते. ते मातीसारखे आहे. तुम्ही तिच्यात काय पेरले आहे याच्याशी तिला काही देणेघेणे नसते. 'द स्ट्रेन्जेस्ट सीक्रेट'मध्ये अर्ल नाईटिंगेल म्हणतात, ''तुम्ही मका लावला आणि त्याच्या अंगुळभर अंतरावर जहरी बचनागाचे झाड लावलेत तर दोन्ही सारख्याच जोमाने फोफावतील.''

सुप्त मनाचेही तसेच आहे. जे काही तुम्ही पेराल ते उगवेल. काळ्या आईसारखेच, सुप्त मन काय चांगले, काय वाईट असा भेद करत नाही. ते जे काही मिळेल ते स्वीकारते आणि त्याला जोपासते. तुमचे सुप्त मन तुमच्या कृतींमधून स्वतःला व्यक्त करते.

अनेक सेमिनार्समध्ये, तुम्हाला नीट बसून, तुम्हाला नेमके कसे जगायला आवडेल, कुठे राहायला आवडेल, काय करायला आवडेल, किती कमाई करायला आवडेल, कुणाबरोबर वावरायला आवडेल ते लिहून काढायला सांगतील. हे सगळे तुम्ही नीट तपशीलवार लिहून काढले की, एका अर्थी तुम्ही एक चित्रच काढता म्हणा ना.

बहुतेक लोकांसाठी हा खटाटोप तिथेच संपतो. आपल्या कल्पनाशक्ती आणि तर्काच्या आधारे आपण हे चित्र तर तयार करतो, पण त्याचे बीज आपल्या सुप्त मनात पेरण्यासाठी त्याची वारंवार उजळणी होणे जरुरीचे असते. तसे करण्यासाठी ते पुन्हा पुन्हा लिहून काढणे आवश्यक असते.

मी रोज सकाळी नऊ ओळी लिहून त्या ध्वनिमुद्रित करतो. त्या मी माझी भागीदार सँडी गॅलॅघर हिला पाठवतो. तीही तसेच करते. आम्ही दोघे विचारांच्या एकाच पातळीवर असतो. त्यात आम्हाला आमचा व्यवसाय कसा बहरताना पाहायचाय आणि त्यातून काय साध्य करायचे आहे हे असते. पुनरावृत्ती करून आम्ही ह्या स्वप्नाला बळकटी आणतो. एक किंवा सव्वा वर्ष आम्ही असे करतो. आमच्या कंपनीला ज्या विश्वात राहायचे आहे ते विश्व आम्ही निर्माण करत असतो.

हे असे करावे लागते. लिहिण्याने विचारांचे चक्र चालू होते. विचारांनी चित्र बनते. तुम्ही तुमच्या जागरूक मनात तुमच्या कल्पनाशक्तीने एक चित्र काढता आणि तुमच्या शब्दांनी त्यात रंग भरता, मग काही सुंदर असं त्यातून आकार घेतं.

एकदा मी एका चित्रकाराला, तो इतकी सुंदर चित्रं कशी काढतो ते विचारलं. तो म्हणाला, ''मला माझ्या चित्राचं स्वप्न पडलं आणि मी माझं स्वप्न रंगवलं.'' आपण अगदी तसंच करत असतो. आपण आपल्या चित्राचं स्वप्न पाहतो आणि त्यानंतर त्या स्वप्नाचं चित्र काढतो. आपलं हे स्वप्न (vision) पुन्हा पुन्हा लिहून काढल्याने आपण वैश्विक प्रज्ञेत आपल्या सुप्त मनाद्वारे त्याचं बी पेरत असतो.

सुप्त मनाची वैश्विक प्रज्ञा अगदी नियमांबरहुकूम चालते. तुम्ही आफ्रिकेच्या मधोमध राहत असा किंवा शिकागोमध्ये. प्रत्येकासाठी ते नियम आणि त्यांचे कार्य अगदी एकसमान असते. तुम्ही एखादी कल्पना पुन्हा पुन्हा सुप्त मनावर ठसवता तेव्हा नियमाप्रमाणे ती कल्पना तुमच्यामधून

साकार व्हायला हवी. ही प्रक्रिया आपल्याला वेगळ्या प्रकारे वागायला उद्युक्त करते, कारण ती कल्पना व्यक्त व्हावी लागते.

'द सीक्रेट' प्रदर्शित झाल्यानंतर एकदा मी विमानात बसत होतो. माझ्या मागच्या आसनावर एक माणूस आला. त्यानं पुढे होऊन माझ्या खांद्याला हात लावला.

''कोण बरं आपण?'' मी हसून त्याला विचारलं. तो व्यावसायिक गोल्फ खेळाडू होता आणि फेडेक्स टूर्नामेंटसाठी न्यू यॉर्कला चालला होता. त्यानं नुकताच 'द सीक्रेट' पाहिला होता. तो म्हणाला, ''मला वाटतं तुम्ही मला मदत करू शकता.''

''बहुतेक मी तुमच्या चांगलाच कामी येईन,'' मी म्हणालो.

मग आम्ही गप्पा मारत गेलो आणि मी त्याला त्याच्या सुप्त मनावर नवी विचार-चौकट तयार करण्यासाठीचे विचार कसे बिंबवायचे ते सांगितले.

तुम्ही तेच करत असता. विचार-चौकट हे तुमचे वर्तन नियंत्रित करणारे चित्र असते आणि ती तुम्हाला हवे ते फळ देते. हे कसं होतंय याबद्दल तुम्ही काही विचार करायची गरज नसते. तुमचा तिच्याशी एक मेळ साधला असल्याने ते होत असते.

तुम्हाला करायचंय का?

हे लक्षात घ्या की, काहीही निर्माण होत नाही किंवा नष्ट होत नाही. सारं विज्ञान आणि तंत्रज्ञान आपल्याला हेच सांगत असतं. प्रत्येक गोष्ट या ना त्या रूपात आधीपासूनच अस्तित्वात असते. आपल्याला जे हवे ते प्रत्यक्षात आणण्यासाठीची साधने कुठून येणार याच्या चिंतेने बरेच वेळा लोकांना निर्णय घेताना त्रास होतो. माझ्या मते, कोणताही निर्णय घेण्यासाठी एकाच गोष्टीची आवश्यकता असते; ती म्हणजे तुम्हाला हे हवं आहे का? पैसा, मदत, लोक - हे काहीही इथं महत्त्वाचं नसतं. तुम्ही कोणताही निर्णय घेता तेव्हा त्यासाठी एकच गोष्ट आवश्यक आहे - तुम्हाला ते हवं असणं. तुम्हाला जे हवं आहे ते तुम्ही सध्या जिथे आहात त्यापेक्षा खूप वरच्या तरंगपातळीवर असतं. जेव्हा तुम्ही एखादा निर्णय घेता आणि त्याला चिकटून राहता तेव्हा झटक्यासरशी तुम्ही तुमच्या मनाला त्या तरंगलांबीमध्ये

नेऊन सोडता. तुम्ही त्याच तरंगलांबीवर राहणे आवश्यक असते; कारण तीच तुमचे वर्तन आणि तुम्ही स्वतःकडे काय आकर्षित करता ते नियंत्रित करत असते. आपले मनदेखील एखाद्या रेडिओफोनप्रमाणेच काम करत असते. तुम्ही, तुम्हाला जे जे चांगले हवे आहे त्याच्या तरंगलांबीवर असणे आवश्यक असते.

मी साधारण पंधरा वर्षांचा असताना आमच्या घरी पहिला फोन आला. ती जवळजवळ पन्नास लोकांमध्ये मिळून असलेली पार्टी लाइन होती. आम्हाला पार्टी लाइन का घ्यावी लागली? कारण अगणित तरंगलांबी उपलब्ध आहेत हे आपल्याला माहीतच नव्हतं. एकदा ते कळल्यावर मग प्रत्येकाकडे वेगळा फोन असणे शक्य झाले. आता लक्षावधी फोन आहेत कारण अगणित तरंगलांबी आहेत.

तुमचा फोन नंबर ही एक तरंगलांबी आहे. तुमच्या मनातील विचार-चौकट ही एक तरंगलांबी आहे. आपल्या सुप्त मनातील चित्र आपण कोणत्या तरंगलांबीवर असतो, काय करतो, आणि आपले काय होणार आहे ते निश्चित करते.

मी हे लिहीत असताना बाहेर एक महामारी चालू आहे. ही दुःखाची गोष्ट आहे म्हणून काही मी सुस्तावणार नाही. मी नियमाप्रमाणे काम करतो. मला लागेल ते सगळे मी माझ्याकडे आकर्षून घेईन हे मला माहीत आहे. मला जेव्हा त्याची निकडीची गरज असेल तेव्हा ते येईल, त्यापूर्वी नाही - याचे कारण तो नियमच तसा आहे - म्हणून संयम ठेवून मी त्याच तरंगलांबीवर राहण्यासाठी आवश्यक ते सारे करायला हवे.

दृढ निश्चयी कल्पना

मला माझ्याकडे आहे त्यापेक्षा जास्त हवे आहे ते मला जास्त पैसा हवाय म्हणून नाही, तर मला माझा विकास साधायचाय म्हणून. ईश्वर आणि अपरिमित प्रज्ञेशी माझ्या एकरूपतेबद्दल मला जास्त सजग व्हायचे आहे. हे खरोखरी समजून आपण त्यावर काम करत राहिलो तर ते नक्कीच होते. पण आपल्याला त्यासाठी प्रयत्न करत राहावे लागतात. आपल्याला जे चांगले घडायला हवे असेल त्याचे चित्र रंगवून ते लिहून काढावे लागते. जेव्हा तुम्ही तुमच्या जागृत मनात एखादे चित्र तयार करता, पुन्हा पुन्हा उजळणी

करून तुम्ही तुमच्या सुप्त मनावर ते बिंबवता आणि स्वतः जणू त्याचा अनुभव घेता तेव्हा ते नक्कीच प्रत्यक्षात येते.

नेव्हिलने याला 'दृढ निश्चयी कल्पना' असे नाव दिले. शेवटापासून विचार करणे ही सगळ्या चमत्कारांची सुरुवात असते. तुम्ही त्या दिशेने प्रयत्न करता असे नाही, तर तुमचे मन जिथे आधीपासूनच आहे तिथे तुम्ही जाता, त्यात तुमची भावनिक गुंतवणूक असते. मग भौतिक पातळीवर ते प्रत्यक्षात येणे हा फक्त काही वेळाचा प्रश्न असतो. तुम्ही वर्तमानात जगायला हवे. आत्ता माझ्याकडे ते आहे : ज्या क्षणी मी ते माझ्या मनात पाहतो, त्यात मनाने गुंततो, ते माझं होतं, मला मिळतं.

सगळ्यांना तुम्ही थोडे सटकलेले आहात असे वाटेल. पण ठीक आहे. त्यांना तसेच वाटणार आहे. त्यांना माहीत नाही; त्यांना माहीत नाहीये हेही त्यांना कळत नाही. तुम्ही पुढे चालला आहात आणि ते नाहीत. त्यामुळे तुम्ही वेडे आहात असे त्यांना वाटणार आहे. तुम्ही चूक करताय असे त्यांना वाटेल. खरं तर तुम्ही योग्य प्रकारे वागायला सुरुवात केली आहे. पण खूपच थोडे लोक हे योग्य पद्धतीने करतात. ९५% लोक प्रयत्न करताहेत, पण फक्त ५% जिंकतात.

जर्मनीमधल्या एका बाईंनी जे मला अंतःप्रेरणेने महिती होतं पण जे मी कधीच शब्दांत व्यक्त होताना ऐकलं नव्हतं ते सांगितलं. त्या म्हणाल्या होत्या, ''यश हे ५% योजनेचे फळ असते आणि ९५% विचारसरणीचे.'' अगदी बरोबर आहे ते.

आपण सर्व प्रोग्रॅम केले गेलेलो आहोत. त्या प्रोग्रॅमचा एक भाग आहे बाह्य विश्वातून आत जाणे. आपल्याला आपल्या ज्ञानेंद्रियांच्या आधारे जगायला शिकवलं गेलंय. 'मी काय सांगतो आहे ते ऐकतोयस ना? मी काय दाखवतोय ते पहा बरं.' माझ्याकडे दोन छोटी कुत्री आहेत. ती पाहू, ऐकू, वास आणि चव घेऊ आणि स्पर्श करू शकतात. पण माझ्याकडे असलेल्या आकलनशक्ती, इच्छा, तर्क, कल्पना, अंतर्ज्ञान, स्मृती या बौद्धिक क्षमता त्यांच्याकडे नाहीत.

अ–, ब– आणि क– प्रकारची ध्येयं

आपण चुकीच्या पद्धतीने गोष्टी करत असतो. मी अबक पद्धतीने ध्येयांची वर्गवारी करतो. अ–प्रकारची ध्येयं जे कसं करायचं ते आपल्याला माहीतच

आहे ती. ध्येयं ही काही मिळवण्यासाठी नसतात. मिळणं दुय्यम असतं. ध्येय हे आपल्या वाढीसाठी असतं. ध्येयं तुम्हाला तुमच्या आत दडलेल्या या अद्भुत शक्तीचा खजिना उघडून देतं.

एकदा सेमिनारमध्ये मी एका माणसाला विचारलं, ''तुमचं ध्येय काय आहे?''

''मला नवी गाडी घ्यायची आहे,'' त्यानं सांगितलं.

''कशा प्रकारची गाडी हवीये तुम्हाला?'' मी विचारलं.

'पॉन्टिॲक.'

''सध्या काय वापरताय तुम्ही?''

'पॉन्टिॲक.'

''अच्छा. किती जुनी आहे ती?'' मी विचारलं.

''चार वर्षं''.

''किती वर्षं झाली तुमच्याकडे आहे ती?''

''चार वर्षं''.

''म्हणजे तुम्ही मला सांगताय की चार वर्षांपूर्वी तुम्ही नवी पॉन्टिॲक घेतली. बरोबर?''

'हो.'

''मग हे काही चांगलं ध्येय नाही. नवी पॉन्टिॲक कशी मिळवायची ते चार वर्षांपासून तुम्हाला माहीतच आहे. पण ते काही चांगलं ध्येय नाही. आपल्याला ते करावंच लागत असलं तरी पण दुकानात जाऊन ब्रेड घेणं हे काही ध्येय नाही. त्यात कोणत्याही प्रकारे वाढीची शक्यता नाही.''

त्यानंतर असतात ब- प्रकारची ध्येयं. एखाद्या व्यक्तीला मी हे करू शकतो असं वाटतं ती ब- प्रकारची ध्येय असतात. 'जर हिनं माझे उसने घेतलेले पैसे परत दिले, आणि हे झालं आणि तेही झालं तर मी खरंच हे करू शकेन.' हे ब- प्रकारचं ध्येय आहे. तिथपर्यंत कसं जायचं ते तुम्हाला दिसत असतं. कितीतरी अटी पूर्ण झाल्या आणि ठरावीक घटना घडल्या तर ते होऊ शकण्यासारखं असतं.

क- प्रकारची ध्येयं ती असतात जी कशी साध्य होतील त्याबद्दल तुम्हाला तिळमात्र कल्पना नसते. ते दूर काळोखात असतं. तुम्ही पूर्वी जे काही केलेलं असतं त्यापेक्षा ते एकदम वेगळं असतं. पण तेच तुम्हाला हवं असतं. तुम्हाला

हवं असलेलं घर, तुम्हाला हवी असलेली नोकरी, तुम्हाला हवा असलेला व्यवसाय या त्या गोष्टी आहेत. त्या तुम्हाला तडीला न्यायच्या असलेल्या गोष्टी आहेत. तुम्ही ते कसं कराल ते तुम्हाला माहीत नाही. तुमच्याकडे त्यासाठी पैसा, वेळ, त्यासाठी लागणारी साधनं नाहीत. पण तुम्हाला ते हवंय.

ध्येयासाठी एकमेव पूर्वावश्याकता आहे : ते साध्य करण्याची तुम्हाला तीव्र इच्छा असायला हवी. आपण खरे कोण आहोत, आपल्यातली परिपूर्णता, यातून इच्छा उगम पावतात. आपली आध्यात्मिक गुणसूत्रे परिपूर्ण असतात. तीच आपल्याला प्रेरणा देतात, आपल्या जागृत मनात येतात आणि व्यक्त करतात : 'हे हवंय.'

१९७३मध्ये इलिनॉयमध्ये मेपलवूड लेनमधल्या घरात मी बसलो होतो. नाइटिंगेल कॉनंट कॉर्पोरेशनमधलं काम मी नुकतंच सोडलं होतं. माझ्या कुटुंबीयांचा अपवाद सोडला तर मी एकटाच होतो. तेव्हा माझं पेन घेतलं आणि मी लिहिलं, 'पूर्ण जगभरात विस्तार असणारी कंपनी मी उभी करणार आहे.' ते मी कसं करणार होतो ते मला अजिबात माहीत नव्हतं. ते करण्यासाठी पुरेसा पैसा माझ्याकडे नक्कीच नव्हता. मला कुणाची मदत नव्हती की माझ्याकडे कुणी कर्मचारी नव्हते. पण माझ्याकडे एक कल्पना होती.

अँड्र्यू कार्नेगींनी म्हटल्याप्रमाणे मनात असलेली कोणतीही कल्पना जेव्हा आदरपूर्वक किंवा भीतीने, ठसवली जाते तेव्हा ती लगेच सर्वांत सोयीच्या आणि साजेशा रूपात प्रत्यक्ष यायला सुरुवात होते. ते मला बायबलमधील जॉबच्या व्यथेची आठवण करून देतात. तो म्हणतो, ''ज्याची मला भीती होती तेच आता होतंय,'' (जॉब ३:२५). तुम्हाला एखाद्या गोष्टीची भीती वाटत असेल तर तुम्ही ती गोष्ट ओढवून घेणार आहात.

असो, ते कसे होईल ते काही मला माहीत नव्हते, पण 'पूर्ण जगभरात विस्तार असणारी कंपनी मी उभी करणार आहे,' असं मी लिहिलं. आज एकोणनव्वद देशांमध्ये आम्ही काम करतो. मी एक दूरदर्शन केंद्रही बांधलं. आम्ही पूर्ण जगभर प्रक्षेपण करू शकतो. आम्ही एखादा सेमिनार प्रक्षेपित करतो तेव्हा तो ११९ देशांपर्यंत पोहोचतो.

ते चित्र होतं आणि ते प्रत्यक्षात आलं. आता तीन हजार सल्लागार आमच्या बरोबर काम करतात. ही संख्या मला एक लाखावर न्यायची आहे. माझ्या ध्येयापासून अजून मी बराच लांब आहे. पण जणूकाही मी तिथे पोहोचलो आहे असं मी वागतो, कारण मनाने मी तिथेच आहे.

क- प्रकारचे ध्येय तुम्हाला जिथे तुम्ही पूर्वी कधीही जिथे गेला नव्हता तिथे घेऊन जाते. स्टीव्ह जॉब्स म्हणाला होता, ''तुम्ही पुढे पाहत कोड्यातले बिंदू जोडून उत्तर शोधू शकत नाही, ते मागे बघतच करावं लागतं.'' तुम्ही जिथे आहात तिथवर तुम्ही कसे आलात ते पाहू शकता, पण जिथे तुम्हाला जायचं आहे तिथवर तुम्ही कसे पोहोचाल ते तुम्ही पाहू शकत नाही. पण जर तुम्ही ते चित्र मनाशी धरुन ठेवलं आणि तुमची मानसिक गुंतवणूक टिकवून ठेवली तर हळूहळू ते दिसू लागेल. आधी हा विचार आणि त्याचा विस्तार प्रामाणिकपणे आत्मसात करा आणि मग तुम्हाला सर्वकाही देण्यात येईल. आवश्यक ते सर्व तुम्ही आकर्षित कराल. तुम्ही चित्र धरून ठेवलेत तर वेळेआधी नाही, पण जेव्हा तुम्हाला जरूर असेल तेव्हा ते सर्व तुम्हाला मिळेल.

तुम्हाला हवे ते आकर्षित करा

पंधरा वर्षांपूर्वी व्हॅन्कूव्हर, वॉशिंग्टनमध्ये मी एक सेमिनार घेत होतो. तिथे आलेली एक स्त्री सिक्युरिटीज (रोखे) ॲटर्नी होती. हा सेमिनार एक मॅनेजमेंट प्रोग्रॅम आहे असं कुणीतरी तिला सांगितल्याने ती आली होती. तो खरं तर मॅनेजमेंट प्रोग्रॅम अजिबातच नव्हता. तो होता 'श्रीमंत होण्याचे शास्त्र' हा सेमिनार. ती त्या माहितीच्या प्रेमातच पडली. ती स्त्री कायद्यामधील पीएचडीधारक होती. बँका विकत घेणं, विकणं, बँकांचे पब्लिक इश्श्यू अशी कामे ती करायची. अमेरिका आणि इंग्लंडमधल्या सर्वोत्तम विद्यालयांमध्ये ती गेली होती. तिच्या वर्गात ती पहिल्या क्रमांकाने उत्तीर्ण झाली होती.

ती स्त्री आमच्या कामाच्या प्रेमातच पडली. तीन वर्षांनी ती माझ्या व्यवसायातील भागीदार बनली. या कंपनीची ती अर्धी मालक आहे. प्रॉक्टर गॅलॅघर इन्स्टिट्यूटमधली गॅलॅघर तीच आहे. तिच्या तीक्ष्ण बुद्धिमत्तेने आम्हाला जोमदारपणे वाढणं शक्य झालं. तिला पैशांचे व्यवहार कळतात, मला कळत नाहीत. तो मिळवायचा कसा ते मला समजतं, पण त्याचं नीट व्यवस्थापन कसं करावं ते मला येत नाही.

म्हणून तर आम्ही इतक्या वेगाने वाढतो आहोत आणि इतकी चांगली कामगिरी करतो आहोत : मला ज्याची जरूर होती ते माझ्याकडे आकर्षिलं

गेलं, म्हणून. आमच्याकडे एक तरुण तुर्क आहे, आम्ही बांधलेल्या स्टुडिओतील एकेक गोष्ट त्याला कळते. इंग्लंडमधील मँचेस्टरमधून तो असाच एक दिवस आला. त्याला काय, कसं करायचं ते सगळंच माहीत आहे. त्याला हवं तर इंग्लंडमध्ये बसून फोनवरूनही तो हे तंत्र चालवू शकेल. टीव्हीवर सर्व प्रकारचं काम केलेला क्रिएटिव्ह डायरेक्टर आहे. कधी पाहायला मिळणार नाही इतक्या भन्नाट लोकांची टीम आमच्याकडे आहे. ते सगळे इथे आकर्षित झाले याचं कारण १९७३मध्ये इलिनॉयच्या मेपलवूड लेनमध्ये बसल्या बसल्या मी जे काही लिहिलं ते.

एकदा ते ध्येय लिहून काढल्यावर मी त्या दिशेनं प्रयत्न करायला सुरुवात केली. मी काम सुरूच केलं तेच अशा थाटात की जणूकाही मी ते साध्य केलंच होतं. कारण ते तसंच करायचं असतं. नेव्हिलनी सांगितलं आहे, ''ज्याला शहाणपणाने आणि सजगपणे काही परिस्थिती निर्माण करायची आहे त्याच्यासाठी भविष्य वर्तमान व्हायला हवे.''

नेव्हिलनी 'शेवटापासून विचार करण्या'बद्दलही सांगितलं आहे. सोपं करून सांगायचं तर तुम्ही काही ध्येयाच्या दिशेने प्रयत्न करायचे नसतात. ज्या क्षणी तुम्ही त्याचा उच्चार करता, त्या क्षणी तुम्ही तिथे असता. शेवटापासून विचार करणे हा पूर्ण झालेल्या इच्छांचे उत्कट संवेदन आहे. तुम्हाला जे हवे आहे ते प्राप्त करून त्याबरोबर तुम्ही राहता आहात आहे अशी तुम्ही कल्पना करायला लागते, ते तुम्हाला मिळालेच आहे अशी कल्पना करावी लागते. तुम्हाला जसे आयुष्य जगायचे आहे तशी तुमची विचार-चौकट बनवा. तुमच्या आयुष्याच्या तुम्हाला बदलायच्या असलेल्या प्रत्येक पैलूबरोबर, तो तुम्हाला कसा बदलायचा आहे, तो कसा असावा असे तुम्हाला वाटते, त्याचे तपशीलवार वर्णन करा. ते नेहमी वर्तमानकाळवाचकच असावे. 'मी इतका/इतकी आनंदी आणि कृतज्ञ आहे कारण...' अशीच प्रत्येक गोष्टीची सुरुवात करा.

काही लोकांना गोष्टी फार ताणल्या जातील याची चिंता असते. त्यांचं म्हणणं असं असतं की तुमचं ध्येय थोडं तरी वास्तवाशी मिळतंजुळतं असावं, कारण फार जास्त दूरचं ध्येय असेल तर तुम्हाला फारच ताण येईल. पण वास्तव हा शब्द फार मजेचा आहे. तो आपल्या चौकटीचा भाग आहे. राइट बंधू काही वास्तववादी नव्हते. मला सुदैवाने दोन-तीन वेळा सर एडमंड हिलरी यांच्या बरोबर काम करण्याची संधी मिळाली. आता ते हयात

नाहीत. पण जेव्हा ते एव्हरेस्ट शिखर चढणारे पहिला मानव बनले तेव्हा ते अजिबात वास्तववादी नव्हते. तिथे पोहोचण्याच्या प्रयत्नांत अनेक लोकांनी त्यांचे जीव गमावले आहेत.

तुम्ही काय करू शकता त्याची काही सीमा आहे असं मला वाटत नाही. पण सुरुवातीलाच तुम्ही स्वतःला फारच जास्त ताणलं तर नंतर तुम्ही अडचणीत येण्याची शक्यता जास्त असते. कोणतीही गोष्ट जोरजबरदस्तीने करणं काही खरं नाही. मॅरॅथॉनमध्ये धावण्यासाठी किती काळ तयारी करावी लागते हे आपल्याला माहीत नाही. आपण ते करू शकतो एवढंच आपल्याला माहीत आहे. त्यासाठी लागणारा वेळ तुमच्यासाठी आणि माझ्यासाठी वेगळा असू शकतो.

तुमची नवी विचार-चौकट ही एक कल्पना आहे. कोणतीही बी लावली की तिला धुमारे फुटायला काही काळ द्यावा लागतो. माणसाला जन्म घ्यायला साधारण २८० दिवस लागतात. मी कॅनडामध्ये राहतो. इथे गाजर लावलं की रोप यायला ९० दिवस लागतात. एक आध्यात्मिक बीज, जी एक कल्पना असते, तिच्यासाठी गर्भावस्थेचा काळ किती असेल हे आपल्याला माहीत नसतं. तुम्ही त्या वेळी काही आडाखा बांधता. पण तो अखेर एक अंदाज असतो. आणि बहुतेक वेळा तुमचा अंदाज चुकीचा असतो. मी अशाही काही लोकांना ओळखतो ज्यांनी अगदी अचूक अंदाज केला आणि त्यांनी ठरवलेल्या दिवशीच त्यांना हवं ते झालं. पण ते फारच विरळा आहे. तरीही, आपण काय करू शकतो त्याला काही मर्यादा आहे असं मला वाटत नाही. कारण तुम्ही असीम प्रज्ञेबरोबर आणि प्रत्येक गोष्ट कशी घडते त्याच्या नियमानुसार काम करत असता. प्रत्येक गोष्ट नियमानुसार होते. जेव्हा काही भलतंच होतं तेव्हा आपण नियम मोडलेला असतो.

निर्माण करा किंवा उद्ध्वस्त करा

"मृत्यू हे पापाचे फळ आहे" असे बायबलमध्ये (रोमन्स ६:२३) म्हटले आहे. लहानपणी मी जेव्हा ते ऐकलं तेव्हा मला वाटलं, 'बाप रे! किती भयंकर.'

खरं आहे का ते? फक्त तिथे मृत्यूचा नेमका अर्थ मला कळला नव्हता. जीवनाचा एक मूलभूत नियम आहे. तो आहे, निर्माण करा किंवा

उद्ध्वस्त करा. तुम्ही पुढे जात नसाल तर तुम्ही मागे जात असता. तुम्ही जेव्हा तो नियम मोडता, तेव्हा ते पाप असते. तुम्ही पिछाडीला जाता. तुम्ही त्याच्या विरुद्ध काम करत असता. तुम्ही बळजबरीने काही करायचा प्रयत्न करत असता. जेव्हा तुम्ही त्या नियमाच्या अनुषंगाने काम करत असता तेव्हा तुम्ही पुढे जाता. तुम्ही योग्य प्रकारे काम करत असता तेव्हा सगळं कसं आपसूक नीट होत जातं. जर तुम्हाला खरंच संघर्ष करावा लागतं असेल तर त्याचा अर्थ आहे की तुम्ही बहुतेक त्या नियमाविरुद्ध वागता आहात.

एकदा मी एका कोट्यवधींच्या कंपनीबरोबर एका प्रोग्रॅमवर काम करत होतो. त्यातली संबधित व्यक्ती मला आवडायची. तिलाही मी आवडत होतो. पण आम्ही जे करू पाहत होतो ते फारच जिकिरीचं होतं. माझ्या ताबडतोब ते लक्षात आलं आणि मी त्याला सांगितलं की आता हे सोडून दिलेलं बरं; कारण आम्ही फार झटापट करत होतो. 'मला वाटतंय आपण त्या नियमाविरुद्ध जातो आहोत. नक्की कसं ते मला सांगता येत नाही. पण मला वाटतं तूही माझ्याशी सहमत होशील. असा संघर्ष असू नये. पण तो आहे. सगळं कसं अलगदपणे व्हायला हवं.' जेव्हा तुमच्यासाठी पथ्यावर पडणाऱ्या गोष्टी होत असतात तेव्हा त्याचा अर्थ असतो की तुम्ही त्या योग्य प्रकारे, नियमानुसार करताहात.

वैज्ञानिक नवलकथा लेखक रॉबर्ट ए. हाइनलिन यांनी एक निरीक्षण नोंदवलं आहे. ते म्हणतात, ''स्पष्ट ध्येय नसलं की आपण रोजची क्षुल्लक कामं करण्यातच इतकी निष्ठा पणाला लावतो की शेवटी आपण त्यांचे गुलामच होऊन जातो.'' मी या वचनाची तुलना छोट्या बाळाशी करतो. त्या बाळावर क्षुल्लक माहितीचा भडिमार होत असतो. त्याच्या भोवती चालणारे बोलणे, महत्त्वाच्या वाटणाऱ्या गोष्टी, याची चिंता, त्याची काळजी : 'असं झालं तर काय? तसं झालं तर काय?' या सगळ्या क्षुल्लक गोष्टी अखेर त्या बाळाला गुलाम बनवतात. ते सगळं त्याच्या चौकटीचा भाग बनतं. त्यामुळे खूपच नुकसान होतं.

तुमचे उद्दिष्ट शोधा

आपल्या आयुष्याचे काही उद्दिष्ट असावे लागते. सकाळी उठून अंथरुणाबाहेर येण्यासाठीचे ते कारण असते. जेव्हा तुमच्या आयुष्याचे

काही उद्दिष्ट असते आणि ते तुम्हाला मार्गदर्शन करत असते तेव्हा या सगळ्या क्षुल्लक घडामोडी तुमच्यावर परिणाम न करता अळवावरच्या पाण्यासारख्या निसटून जातील. कारण तुमचे विचार तुमच्या या सर्व घडामोडींशी सुसंगत पातळीवर नाहीत.

'पॅराडाइम' या पुस्तकाचे लेखक भविष्यवादी जोएल बार्कर यांच्या मते, 'तुमचं भविष्य घडवायचं असेल तर तुम्हाला तुमची विचार-चौकट बदलायची तयारी ठेवावी लागते आणि तशी क्षमता असावी लागते.' इच्छा असणं खूप महत्त्वाचं आहे. पण जर तुमच्याकडे उद्दिष्ट नसेल तर तुम्हाला इच्छा नसण्याची शक्यता खूप जास्त आहे. कारण ज्या गोष्टींचे प्रथमदर्शनी काही कारण दिसत नाही त्या गोष्टी तुम्हाला कराव्या लागतात. तुमच्या चौकटीविरुद्ध असणाऱ्या गोष्टी करून तुम्हाला सुरुवात करावी लागते.

उदाहरणार्थ, माझ्या चौकटीचा एक भाग आहे सकाळी ५.३० वाजता माझ्या स्टुडिओमध्ये हजर होऊन माझा लेखनस्वाध्याय करणे. शेवटी मी काय करतो, तर ज्यांच्याबद्दल मी कृतज्ञ आहे अशा दहा गोष्टी लिहितो. हे मी रोज करतो. मला ते अवघड वाटत नाही. आता मी हे करायचं नाही म्हटलं, तर तेच माझ्यासाठी अवघड असेल कारण आता तो माझ्या चौकटीचा भाग आहे. पण जेव्हा तुम्ही या गोष्टी पहिल्यांदा करायला सुरू करता तेव्हा काही तुम्ही फक्त एक नवी सवय लावून घेत नसता, तर एक जुनी सवय मोडतही असता. हे करणं काही सोपं नाहीये. त्यामुळेच तर वजन घटवायच्या प्रोग्रॅमवर असलेल्या लोकांना ते फार कठीण जातं. त्यांना काही फक्त नव्या सवयी लावायच्या नसतात तर जुन्या सवयी मोडायच्याही असतात. जर तुमचे उद्दिष्ट पक्के नसेल तर ते करण्याची इच्छाशक्ती तुमच्याकडे नसण्याची शक्यता आहे.

तुमचे उद्दिष्ट अर्थपूर्ण असावे लागते. त्यासाठीच तर तुम्हाला सकाळी अंथरुणावरून उठावेसे वाटते. आपण इथे काही फक्त गुजराण करण्यासाठी आलो नाहीये. तुमच्या उद्दिष्टामुळे तुम्ही त्याची किंमत चुकवण्यासाठी तयार होता. उद्दिष्ट नसेल तर तुम्ही ते करू शकणार नाही.

तुम्ही तुमचे उद्दिष्ट कसे नक्की कराल? त्यासाठी मुळात थोडी शिस्त लागते. शांत बसून तुम्हाला सर्वांत जास्त काय करणे आवडते त्याचा विचार करा. माझं असं मत आहे की, एखादी गोष्ट अशी असते की ती आपण मुळातच खूप चांगल्या प्रकारे करू शकत असतो. मी जे करतो ते मी खूप

चांगल्या प्रकारे करतो. दुसरं काही मला विशेष चांगलं जमत नाही. पण मला दुसरं काही करायचंही नाही. मी जे करतो ते जास्त चांगल्या प्रकारे करण्याचा मी प्रयत्न करत असतो.

सकाळी लवकर तुम्ही एक गोष्ट करून पाहावी असं मी सुचवेन. मी सकाळी जास्त सर्जनशील असतो. म्हणूनच डॉक्टर्सही सकाळी लवकर शस्त्रक्रिया करतात. त्या वेळी त्यांचे हात स्थिर असतात, रोगीही जास्त ग्रहणक्षम असतो. सकाळी बसून, तुम्हाला काय करायला मनापासून आवडतं ते स्वतःला विचारा. त्यातून तुम्हाला तुमचे उद्दिष्ट मिळेल. तुम्हाला ते आवडते म्हणून तेच तुमचे उद्दिष्ट असेल.

इथे तुम्ही चुकीच्या दिशेने जाण्याची बरीच शक्यता असते. मी फिनिक्समध्ये एका सेमिनारमध्ये बोलत असताना एका डॉक्टरने मला तो त्याचा व्यवसाय सोडणार असल्याचं सांगितलं.

''का बरं? तुम्हाला पुरेसे पैसे तर मिळताहेत.'' मी म्हणालो.

''आजकाल वैद्यकीय पेशाचं काही खरं नाही. जास्त वेळ जास्त कष्ट करून पैसा मात्र कमी मिळतो.'' तो म्हणाला.

''असेल कदाचित तसं. पण मुळात तुम्ही डॉक्टर झालातच का?''

''मला मनापासून आवडतं ते.''

''मग तुम्ही काय करताहात त्याचा नीट विचार करा. तुमचं त्यावर प्रेम असेल तर त्यासाठी तुम्हाला पैसे मिळतात की नाही, त्यानं काही फरक पडत नाही. तुम्हाला जे मनापासून आवडतं ते करण्यात तुमचा दिवस जातोय. तुम्ही काही पैसा कमावण्यासाठी काम करत नाही आहात. समाधान मिळवण्यासाठी तुम्ही काम करताय. पैसे कमावण्यासाठी तुम्ही सेवा देताय.'' त्यांच्या हे लक्षात येईपर्यंत मी त्यांना ते समजावलं.

इच्छा : क्षमतेचं मूळ

एखादा माणूस जे करू शकतो ते इतर कोणताही माणूस करू शकतो. तुम्ही काय करू शकता त्याची काही मर्यादा आहे असं मला वाटत नाही. पण त्याचा इच्छेशी अगदी घट्ट संबंध असतो. तुम्हाला छेत्रीसारखा फुटबॉल खेळता येत नसेल तर तुम्हाला छेत्रीसारखा फुटबॉल खेळावा अशी इच्छाही होणार नाही. नेपोलिअन हिलनी सांगितलंय, ''तुम्हाला इच्छा असेल तर

ते करण्याची तुमची क्षमताही असेल. जर तुम्हाला इच्छा नसेल तर तुमची क्षमता नाही. क्षमता इच्छेबरोबरच येते.''

तुम्ही एखाद्या गरीब वस्तीत राहणारा मुलगा किंवा मुलगी असू शकता. पण तुमच्या खात्यात काही कोटी रुपये असावेत अशी तुमची मनापासून इच्छा आहे तर मुकेश अंबानींइतके नाही, तरी तेवढे पैसे तुम्हाला मिळू शकतात.

तुमच्याकडे इच्छा असेल तर तुमच्याकडे क्षमता असेल. ते कसं होईल हा प्रश्न विचारू नका. कारण ते प्रत्यक्षात येईपर्यंत ते तुम्हाला कळणार नाही. एव्हरेस्टवर चढाई कशी करायची ते हिलरींना तिथे पोहोचेपर्यंत माहीत नव्हतं. राइट बंधूंनाही विमान वर हवेत कसं उडवायचं ते प्रत्यक्षात साध्य होईपर्यंत कुठे माहीत होतं?

तुम्हाला मार्ग दिसेल. पण जे काही कल्याणकारी उद्दिष्ट तुमच्या समोर आहे त्याच्या तरंगलांबीवर तुम्ही असणे आवश्यक आहे. बहुतांश लोकं AM तरंगलांबीवर ट्यूनिंग करून FMवर असण्याची अपेक्षा करत असतात.

दुसऱ्याच्या चौकटीत राहत असून ती पूर्ण बदलणाऱ्या माणसाचं उदाहरण तुम्हाला हवं असेल तर तुम्ही माझ्याकडेच पाहू शकता. सव्विसाव्या वर्षी माझं वजन फार कमी होतं, मी लाजाळू होतो, माझा स्वाभिमान यथातथा होता, ओळखीच्या प्रत्येक माणसाचं मी देणं लागतं होतो, आणि मी कधीही काहीही उपयोगी असं केलच नव्हतं. हायस्कूलमधून दोनच महिन्यांनंतर मला हाकलून देण्यात आलं होतं. माझी वृत्तीही चांगली नव्हती.

मला वाटतं की आज मी एक खूप चांगला माणूस आहे. मी लाखो डॉलर्स कमावले आहेत. लाखो लोकांना मदत केली आहे. माझ्या क्षेत्रात मी शिखरावर आहे. जे मी करतो ते माझ्यापेक्षा चांगल्या प्रकारे करणारं कोणी मला माहीत नाही. जर मी हे करू शकलो तर कुणीही ते करू शकतं असा माझा विश्वास आहे.

एकांतवासातून बाहेर

कित्येक वर्षं मी कॅनडामधील किंग्जटन पेनिटेन्शिअरी या अति सुरक्षित तुरुंगात दरमहा जात होतो. तिथल्या सुरक्षा व्यवस्थापकांशी माझा करारच

होता. 'ज्या कुणाला येऊन माझं बोलणं ऐकायचं आहे, त्याला तशी परवानगी असायला हवी.'

''हे जरा अतिच आहे.'' असं त्यांचं म्हणणं पडलं.

''अति काही नाही. कुणाला यायची इच्छा असेल तर त्याला येता आलं पाहिजे,'' असं मी निक्षून सांगितल्यावर अखेर त्यांनी त्याला मान्यता दिली.

तिथे साडेसात वर्षे एकांतवासात असलेला एक माणूस होतं. विंडसर, ओंटारिओजवळ एक दरोड्यात त्याने एका माणसाला गोळी घातली होती. तो माणूस मेला नाही. तसं झालं असतं तर याला फाशीच झाली असती. कारण त्या वेळी कॅनडामध्ये खुनासाठी फाशीची शिक्षा देत असत. त्याला सत्तावीस वर्षांच्या तुरुंगवासाची शिक्षा झाली होती. साडेसात वर्षं तो एकांतवासात होता. त्याला रोज एक तास खुल्या आवारात एकट्याने घालवता यायचा. तुरुंगाधिकारी त्याला वेडा कुत्रा म्हणत असे. सहा फूट दोन इंच उंचीचा, दोनशे पौंड वजनाचा महाकाय माणूस होता तो.

मी ही माहिती शिकवणं चालू केलं तेव्हा तो माणूस येऊन मागे बसायचा. मी सिगरेट्स, डोनट्स आणि कॉफी आणायचो. तो डोनट्स खात, कॉफी पीत, सिगरेट ओढत मागे बसायचा. प्राण्यासारखे चित्रविचित्र आवाज करायचा. टेबलवर बसून पाय हलवत राहायचा. मी श्रद्धेबद्दल काही बोललं की तो तुच्छतेने हसायचा. सगळ्यांचं लक्ष तो वेधून घेत होता. तीन महिने हे असं चाललं. आता हे तरी थांबवायला हवं किंवा तिथे जाणं बंद करायला हवं, हे माझ्या लक्षात आलं.

मला तिथं जाणं बंद करायचं नव्हतं. पण मला या महाशयांची भीती वाटायची. एके दिवशी जेव्हा त्यानं त्याचे चाळे सुरू केले तेव्हा मी जे करत होतो ते थांबवलं आणि एकदम सावकाश मागे गेलो. त्याच्या अगदी समोर उभं राहून मी म्हटलं, ''तुझ्याइतका महामूर्ख नालायक माणूस मी कधी पहिला नाहीये.'' त्याचे स्नायू तटतटले. चेहरा लालेलाल झाला. मला वाटलं तो मला मारणार. मग तो हसायला लागला. त्याला वाटलं असणार, 'हा बुवा ठार वेडा आहे.' हे सगळं झालं एका क्षणात, क्षणार्धात.

मी म्हणालो, ''तुला चोरता येतं त्यापेक्षा जास्त वेगानं मला पैसा कमावता येतो. अर्ध्या तासानं मी रखवालदाराला दार उघडायला सांगेन. बाहेर जाऊन छान गाडीत बसून इथून लांब जाईन. तू आणखीन वीस तासांसाठी कोठडीत जाशील.'' मग तो गप्प झाला.

पुढच्या महिन्यापासून तो पुढे बसू लागला. कुणी पायही हलवले तर मागे वळून तो त्याच्याकडे वैतागून बघायचा. तो माझ्या वर्गाचा मॉनिटरच झाला म्हणा ना.

काही काळाने त्याला खास पॅरोलवर सोडण्यात आलं. तो विवाहित होता. त्याला दोन मुलं होती. तो तुरुंगात असताना त्याच्या बायकोनं एका मुलीला जन्म दिला होता. त्याची एका पाद्र्याशी ओळख झाली. त्याच्या मध्यस्थीनं त्याची पत्नी पुन्हा त्याच्या बरोबर आली. तो टोरांटो शहर सोडून जाऊ शकत नव्हता. त्याला दर आठवड्याला स्थानिक पोलीस आणि दर महिन्याला माउंटी पोलिसांना वर्दी द्यावी लागायची.

तो माझ्याकडे काम करायला लागला. एका वर्षानं मी पॅरोल ऑफिसरच्या ऑफिसमध्ये घुसून त्याच्या टेबलवर मूठ आपटून सांगितलं, ''या माणसाला पॅरोलवर ठेवायचा तुम्हाला काही अधिकार नाही. मी इंग्लंडला चाललोय आणि मला त्याला बरोबर न्यायचं आहे.''

त्यांनी त्याचा पॅरोल रद्द केला आणि त्याचा पासपोर्ट परत दिला. त्यानंतर तो कधीही पुन्हा कोणत्याही प्रकारच्या गुन्ह्यात अडकला नाही. आता तो नाही. पण तो गेला तेव्हापर्यंत त्यानं भरपूर पैसे कमावले होते. त्याला जर याचा उपयोग झाला तर कुणालाही होऊ शकतो.

जे शिकतात ते जगावर राज्य करतील

१९६९मध्ये नाइटिंगेल कॉनंट कॉर्पोरेशनने आयोजित केलेल्या मानवी संसाधन परिषदेला वक्ते म्हणून एरिक हॉफर आले होते. ते फार रुबाबदार होते. ते कधीच शाळेत गेले नव्हते. घोडेस्वार होते ते. पण त्यांचा आत्मविश्वास दांडगा होता. हॉफरनी अनेक पुस्तकं लिहिली. त्यांतलं सर्वांत महान पुस्तक होतं 'द ट्रु बिलीव्हर.' आमच्या परिषदेत त्यांनी सांगितलं, ''जेव्हा बदल घडेल तेव्हा जे शिकतात त्यांचे राज्य येईल. जे विद्वान असतील ते आता अस्तित्वातच नसलेल्या जगाशी जुळवून घेण्यासाठी सज्ज असतील, तर जगावर राज्य असेल जे शिकतात त्यांचे.''

त्याचा अर्थ असा की जे सतत अभ्यास करत असतात ते आनंदी, आरोग्यवान आणि श्रीमंत असतील. खरं तर विद्वान माणूस असा काही प्रकार नसतो. तुम्ही शिकत असता किंवा नसता.

हॉफर म्हणायचे की शिकण्यासाठी तुम्हाला थोडा आत्मविश्वास असावा लागतो. थोडा जास्त नाही की कमी नाही. तुम्हाला फार कमी आत्मविश्वास असेल तर आपण शिकू शकणार नाही असं तुम्हाला वाटेल. फार जास्त असेल तर आपल्याला शिकायची गरज नाही असं वाटेल.

नेहमी एका ठरावीक पातळीचा आत्मविश्वास असणे फार महत्त्वाचे आहे. तरच आपली वाढ होत राहिल, दृष्टी विस्तारेल, आपण स्वतःला, आपण ज्या जगाचा एक भाग आहोत त्या जगाला आणि आपण जे करण्यास समर्थ आहोत त्याला जास्त चांगल्या प्रकारे जाणून घेऊ शकू. पुढच्या प्रकरणात मी याबद्दल बोलेन.

प्रकरण तिसरे

तुमची विचार-चौकट बदलण्याचा आत्मविश्वास जोपासा

मागच्या प्रकरणात मी एरिक हॉफर आले होते त्या परिषदेबद्दल सांगितले. १९६९च्या ओ'हेअर हयातमधल्या त्या परिषदेत बिल गोव्ह बोलत असताना मी बॉलरूमच्या मागे बसलो होतो. साधारण हजार श्रोते त्या कार्यक्रमाला उपस्थित होते. हातात माइक धरून गोव्ह त्यांच्या समोर उभे होते. ते म्हणाले, ''मला जर बंधमुक्त व्हायचं असेल तर मी, 'मी' असणं आवश्यक आहे. मी जे असायला हवं असं तुम्हाला वाटतं ते नाही. मी जे असायला हवं असं माझ्या पत्नीला वाटतं ते नाही. मी जे असायला हवं असं माझ्या मुलांना वाटतं ते नाही. जर स्वतंत्र असायचं असेल तर मी 'मी' असायला हवं. म्हणून 'मी' कोण आहे ते मला माहीत असलेलं बरं.''

सगळे श्रोते अगदी भारावून गेले होते. मी गेल्या आठ वर्षांत ढिगांनी माहिती गोळा केली होती आणि अक्षरशः प्रत्येक दिवशी तिचा अभ्यास करत होतो. त्या दालनाच्या मागच्या कोपऱ्यात उभा राहून मी विचार करत होतो, 'काय अफलातून माणूस आहे हा! मलाही हे करता आलं तर!'

अर्ल नाइटिंगेल त्यांच्या 'मॅजिक वर्ड' या ध्वनिमुद्रणात म्हणतात, ''हा एक फार गमतीचा मुद्दा आहे. आपण स्वतः जे करू शकतो, जी ध्येय साध्य करू शकतो त्याबद्दलचा आपला अंदाज नेहमी कमी असतो. त्याउलट काही विचित्र कारणाने जे आपण करू शकत नाही ते इतर लोक मात्र साध्य करू शकतात असं आपल्याला वाटतं. पण खरं तसं नसतं हे तुम्ही लक्षात ठेवायला हवं. तुमच्यात गुणवत्ता आणि क्षमतेची खाण दडलेली आहे.''

१९६९मधल्या त्या परिषदेत ''अर्ल काय बोलले ते तुला समजलं का?'' असं तुम्ही मला विचारलं असतं तर मी म्हणालो असतो ''अर्थातच, मला समजतं ते. गेली नऊ वर्षं दररोज मी हे ऐकतोय.'' पण माझ्या मनाला जणू अचानक एक साक्षात्कार झाला. ''अर्ल असं म्हणत होते होय!'' बिल गोव्ह जे करत होते ते मी करू शकेन असं मला वाटत नव्हतं. त्या क्षणी मी निश्चय केला की ते जे करत होते ते मीही करेन आणि एवढेच नव्हे तर मी त्यांना मला शिकवायला प्रवृत्त करेन. बिल गोव्ह ते जे करतात ते कसं करतात, हे विचारणारी चिठ्ठी लिहायचं मी ठरवलं. मी शिकायला तयार होतो.

ज्ञानातून आत्मविश्वास येतो

ज्ञानातून आत्मविश्वास येतो. जेव्हा लोक म्हणतात की त्यांना आत्मविश्वास नाही तेव्हा ते पूर्णपणे खरं नसतं. ते कपडे घालून तयार होऊ शकतात, बुटांची लेस बंधू शकतात, गाडी चालवू शकतात याबद्दल त्यांना विश्वास असतो. अशा बऱ्याच गोष्टी ते करू शकतात याबद्दल त्यांना विश्वास असतो. जेव्हा त्यांना जे खरोखर आवडत असतं ते करायचा विश्वास त्यांच्याकडे नसतो तेव्हा कारण हे असतं की ते कसं करायचं ते त्यांना माहीत नसतं. ते कसं करायचं हे जसजसं तुम्ही शकत जाल तसतसा तुमचा आत्मविश्वास वाढत जातो.

गोव्ह जे करत होते ते करायला शिकायचं, असा मी निश्चय केला. मी त्यांच्याशी ओळख करून घेतली. त्यांच्या बरोबर बसून शिकण्यासाठी त्यांना वेळोवेळी हजारो डॉलर्स दिले. मी बिलकूल बिल गोव्हसारखा बोलत नसे. त्यांनीच मला बोलायला शिकवलं आहे हे त्यांना कधीच कळलं नसतं. मला माझ्या मनाशी बोलायची कला अवगत होती. ते मला शिकवण्याची त्यांना जरूर नव्हती. त्यांनी मला लोकांसमोर शांत आणि आत्मविश्वासपूर्ण कसं राहायचं ते शिकवलं. ते म्हणत, ''त्यांना तुमच्याबद्दल काय वाटतं त्याचा विचार करणं सोडून द्या.'' मी खरं तर तेच शिकलो. टेरी कोल-व्हिटेकर यांनी 'व्हॉट यू थिंक ऑफ मी इज नन ऑफ माय बिझनेस' नावाचं एक पुस्तक लिहिलं आहे. अगदी खरं आहे ते.

ते काय म्हणतील त्याचा ससेमिरा

त्यातून आपण एका संबधित मुद्द्याकडे येतो, 'लोकांना काय वाटेल.' अर्ल नाइटिंगेल यांनी त्या संदर्भात मला मदत केली. ते म्हणाले, ''लोक किती कमी विचार करतात हे तुला कळलं की तुला ते काय म्हणतात त्याची पर्वा वाटेनाशी होईल.'' सर्वसामान्य माणूस तो 'विचार करतोय' असं म्हणाला तर तो काही बोलणारच नाही. केंटुकीमधील महान शिक्षक केंट मॅकफर्लंड म्हणायचे, ''दोन टक्के माणसं विचार करतात, तीन टक्क्यांना वाटतं की ते विचार करतात आणि पंच्याण्णव टक्क्यांना विचार करण्यापेक्षा मरण पत्करणं सोपं वाटेल.''

तुम्हाला स्वतःबद्दल काय वाटतं ते फार महत्त्वाचं आहे. इतरांना तुमच्याबद्दल काय वाटतं ते गौण आहे. लोकं माझ्याबद्दल काय म्हणतात त्याची मला फार चिंता असायची. आता मात्र तसं नाही. कारण दुसऱ्या कुणाला काय वाटतं त्यानं माझ्या आयुष्यात काही फरक पडत नाही हे माझ्या लक्षात आलं आहे. मला माझ्याबद्दल काय वाटतं ते मात्र अतिशय महत्त्वाचं आहे. मी जर चांगुलपणे वागायचा प्रयत्न केला आणि प्रयत्नपूर्वक काहीतरी साध्य केलं तर कदाचित इतरांना मी आवडेन. पण लोकांना माझ्याबद्दल काय वाटतंय याचा विचार करत राहिलो तर मी काही विशेष मिळवू शकणार नाही.

बिल गोव्हनी मला श्रोत्यांसमोर सहजपणे वावरायला शिकवलं. ते म्हणाले, ''हे बघ, लक्षात ठेव की तू एकाच व्यक्तीशी बोलतोयस. खोलीत बरीच माणसं असतील. पण एकच व्यक्ती आहे हे डोक्यात अगदी पक्कं लक्षात ठेव. मग तुझा जीव ओतून त्या ऐकणाऱ्या माणसाबरोबर काही मौल्यवान असे बोल.''

जर तुम्हाला तुमच्याबद्दल काय वाटते यावर तुम्ही तुमचे लक्ष केंद्रित केले, तर सगळे नीट होते. मी तेच केलं, आणि त्याचा उपयोग झाला. हे लिहीत असताना मी शहाऐंशी वर्षांचा आहे. अजून दहा वर्षं मी राहीन अशी मला आशा आहे. सध्या सगळं काही एकदम सुरळीत चाललंय हेही मला माहीत आहे. मला मी आवडतो. मी जे करतो ते आणि मी ते कसं करतो तेही मला आवडतं.

लोक काय म्हणतील याचा विचार करणं आयुष्याच्या सुरुवातीलाच सुरू होतं. आपण लहान असताना आपल्या आई-वडिलांना, ''शेजारी

काय म्हणतील,'' असे बोलताना आपण ऐकलेले असते. आता मी या निष्कर्षाप्रत आलो आहे की शेजारी विचार करतील अशी आशा असावी, पण ते काय विचार करतील यानं काहीच फरक पडत नाही. बहुतांश लोकांना बाकीचे काय म्हणतील याची फार चिंता असते. पण तसं करू नये. त्यांनी फक्त त्यांना स्वतःबद्दल काय वाटतं त्याचा तेवढा विचार करावा.

आपण कसे राहतो त्याकडे आपण एक नजर टाकायला हवी. आपण आपला मार्ग स्वतः निवडतो आहोत का? आपण आपल्याला हव्या असलेल्या आयुष्याच्या प्रतिमेनुसार काम करून ती प्रत्यक्षात आणण्याच्या दृष्टीने काम करतो आहोत का? की आपण फक्त आला दिवस शक्य तितक्या चांगल्या प्रकारे साजरा करण्याचा प्रयत्न करत आहोत?

तुम्ही कुठे आहात ते तुम्हाला माहीत असायला हवे, तसेच तुम्ही कुठे चालला आहात तेही तुम्हाला माहीत असायला हवे. अर्ल नाइटिंगेल यांची यशाची व्याख्या मी आजवर ऐकलेल्या व्याख्यांपैकी सर्वोत्तम आहे : 'यश म्हणजे एखाद्या योग्य आदर्शाच्या दिशेने क्रमाक्रमाने मजल दरमजल करणे.' जिच्या तुम्ही प्रेमात पडला आहात अशी कल्पना म्हणजे आदर्श. तुम्हाला हव्या असलेल्या श्रेयसाच्या दिशेने तुम्ही वाटचाल करत असता तेव्हा तुम्ही हळूहळू जास्त जागृत होत जाता.

पैसा : एक मूलभूत आवश्यकता

प्रत्येकाला काही श्रीमंतीचे आकर्षण असेल असे नाही. पण प्रत्येकाने स्वतःला भक्कम आर्थिक स्थितीस नेलेच पाहिजे असे माझे मत आहे. कारण इतर लोकांच्या सेवा किंवा वस्तूंसाठी आपण पैसे वापरतो. ज्या जगात आपण राहतो तिथे ती एक मूलभूत आवश्यकता आहे. अशा प्रकारची श्रीमंती प्रत्येक जण निर्माण करू शकतो.

एकदा मी टोरोंटोहून क्वालालंपूरला चाललो होतो. तो पंचवीस तासांचा विमानप्रवास होता. त्यामुळे माझ्याकडे विचार करायला बराच वेळ होता. मी कॅल्क्युलेटरने एका पॅडवर डूडल करण्यात बराच वेळ घालवला. व्यवसाय आणखीन चांगला कसा करता येईल, नवीन कल्पना कशा निर्माण करता येतील, याबद्दल मी विचार करत होतो. मी '१,०००,०००' लिहिलं. एकनंतर सहा शून्यं. साठच्या दशकात मी लाखभर डॉलर्स कमावले होते. पण

मी नक्की काय केलं होतं ते मला माहीत नव्हतं. मी आधी सांगितल्याप्रमाणे मला नकळतच माझ्यात आत्मविश्वास जागृत झाला होता.

ज्या एक लाख डॉलर्स कमावणाऱ्या व्यक्तींना मी ओळख होतो त्यांच्याबद्दल मी विचार केला. त्यांच्यात असं काय वेगळं होतं? तेव्हा माझ्या अचानक लक्षात आलं की ते खरं तर अजिबात वेगळे नव्हते. फरक इतकाच होता की त्यांच्या उत्पन्नाचा स्रोत फक्त एक नव्हता. जर तुम्ही नोकरी करत असाल तर तुमच्याकडे उत्पन्नाचा एक स्रोत आहे. तुम्ही ते किती चांगलं करताय याच्याशी मला काही देणंघेणं नाही. तुम्हाला ताशी किती पैसे मिळतात त्यानं मला काही फरक पडत नाही. काहीही झालं तरी शेवटी तुमच्या उत्पन्नाचा स्रोत एकच आहे. श्रीमंत लोकांकडे असे अनेक स्रोत असतात. ऐतिहासिक दाखले पहा. प्राचीन बॅबिलॉनमध्येसुद्धा श्रीमंत लोकांकडे उत्पन्नाचे अनेक स्रोत असत.

मग मला एक कल्पना सुचली की, लोकांना सेमिनार घेऊन एक लाख डॉलर्स कमवण्यासाठी उत्पन्नाचे अनेकविध स्रोत कसे उभे करावेत ते शिकवायचं. आम्ही ते खूप चांगल्या प्रकारे केलं - उत्पन्नाचे वेगवेगळे स्रोत उभे करून कसं कुणीही श्रीमंत होऊ शकतं ते शिकवणं. आपल्याकडे काही एकच स्रोत नसतो, कितीतरी असतात.

मला काही जेफ बेजोफइतकं श्रीमंत व्हायची इच्छा नाही. लक्षावधी डॉलर्स कमवावेत असं मला अजिबात वाटत नाही. बँकेत असेलेले दोन-तीन लाख आणि कामात आणि काम निर्माण करण्यात मश्गूल असणं हे मला पुरेसा आनंद देतं. कारण मला देणं आवडतं, आणि चांगलं काही करणं आवडतं. धन त्यासाठीच असतं असं माझं मत आहे.

पण कुणीही - अक्षरशः कुणीही - साधारण श्रीमंत तर होऊच शकतं. इंटरनेटमुळे आज ते पूर्वी कधीही नव्हतं इतकं सोपं आहे. मी एमएसआय कनेक्ट नावाची कंपनी स्थापन केली आहे. एमएसआय म्हणजे मल्टीपल सोर्सेस किंवा स्ट्रीम्स ऑफ इन्कम. अर्थात, उत्पन्नाचे बहुविध स्रोत. त्याद्वारे लोक बरोबर काम करतात आणि एकमेकांना मदत करत, जॉइंट व्हेन्चर्स करत, भागीदार बनत आपापले एमएसआय - उत्पन्नाचे अनेक स्रोत निर्माण करतात.

लोक अनेक गोष्टी करू शकतात. पण त्यासाठी आवश्यक असतं ते आपली विचार-चौकट बदलणं. तुम्हाला पैसा कमावण्यात फार रस

वाटत नसेल तर त्यात रस घेणं सुरू करा. कारण तुमच्या आयुष्याचा मोठा भाग त्यावर अवलंबून असतो. तुम्हाला त्यात रस वाटत नसेल तर त्याचं कारण हे आहे की तुमची विचार-चौकट तुम्हाला अडवते आहे. ती एका पोलिसासारखी आहे. वाटेत उभी राहून ती तुम्हाला पुढे जाऊ देत नाहीये. तुम्हाला त्या पोलिसाला ओलांडून समोर जायलाच लागेल. तुमची विचार-चौकट तुम्हाला नियंत्रित करणार नाही असं तुम्हाला पक्कं ठरवावं लागेल. संकल्प करा की, 'आता पुरे. मी पुढे जाणार आहे. मी पुढे जात आहे. मी थांबणार नाहीये.'

तुम्हाला किती पैसे कमवायचेत? कामाला लागा आणि ते मिळवायला सुरू करा. मी जेव्हा 'थिंक अँड ग्रो रिच' पहिल्यांदा वाचायला सुरुवात केली तेव्हा मी वर्षाला ४,००० डॉलर्स कमवत होतो आणि माझ्या डोक्यावर ६,००० डॉलर्सचं कर्ज होतं. जर दीड वर्षं मी कर्ज फेडण्यात घालवले असते तर माझ्याकडे खाण्यापिण्यासाठीही पैसा उरला नसता.

एका वर्षापेक्षा कमी काळात माझी कमाई महिन्याला १४,५०० डॉलर्सवर गेली. कुणीतरी म्हणालं की फरशी पुसून चांगले पैसे मिळतात. मी म्हणालो, ''मला काही मानपान नाही. मी फरशी पुसेन.'' मी ऑफिसेस स्वच्छ करणं सुरू केलं. तीन देशांतल्या सात शहरांमध्ये आम्ही फरशा पुसू लागलो. आणि नंतर तेही संपलं.

ज्यांना पैसे कसे कमवायचे ते माहीत आहे त्या लोकांबरोबर रहा. कसं ते, ते तुम्हाला शिकवतील. तो एक विषयच आहे आणि तो शिकावा लागतो. शाळा काही आपल्याला पैसा कसा कमवायचा ते शिकवत नाही. एखाद्या व्यक्तीकडे कॉमर्स आणि फायनान्समधली स्नातकोत्तर पदवी असूनही ती पैशांच्या तंगीत असू शकते कारण पैसे कमावायचे कसे हे ती कधी शिकलेली नसते. पैसे मोजावे कसे आणि नीट कसे ठेवावेत हे ते शिकले असतील, पण कमवावेत कसे हे शिकण्याची त्यांना गरज असते.

लॉइड कॉनंट आणि अर्ल नाइटिंगेल यांनी काही व्यवसाय सुरू केला नाही. त्यांनी एका उद्योगाचीच सुरुवात केली. १९६८मध्ये लॉइड यांच्याकडे जेवत असताना मी त्यांना त्यांनी कंपनी कशी सुरू केली ते विचारलं. ते म्हणाले, ''एका शनिवार-रविवारी मी एक लहानसं हिरवं पुस्तक वाचलं.'' आता त्यांनी कंपनी सुरू कशी केली हे जाणून घेण्यात मला काही रस उरला नव्हता. मला ते हिरवं पुस्तक कोणतं ते हवं होतं. वॉलेस डी. वॉटल्स याचं

'द सायन्स ऑफ गेटिंग रिच' हे ते पुस्तक होतं. १९१०मध्ये ते पहिल्यांदा प्रकाशित झालं होतं. अर्लनी मला त्याची एक प्रत दिली. ते वाचणं मी कधीच थांबवलं नाहीये, इतकं अद्भुत पुस्तक आहे ते.

यश आणि योग्य मोबदला

अर्ल नाइटिंगेल यांच्या यशाच्या व्याख्येचा पुन्हा विचार करू या. 'योग्य आदर्शाच्या दिशेने क्रमाक्रमाने मजल दरमजल करणे', या व्याख्येकडे जाऊ या. असं समजा की एखाद्याकडे ५ लाख डॉलर्स आहेत आणि तो १० लाख डॉलर्सच्या ध्येयाच्या दिशेने चालला आहे. ३५ ते ५०% मिळवणारा एखादा शाळकरी विद्यार्थी ६०% मिळवण्याच्या दृष्टीनं काम करतोय. इथं ते दोघंही हळूहळू एका निश्चित दिशेने पुढे जाताहेत. त्यांचे मार्ग अगदी वेगळे आहेत. पण दोघंही तितकेच यशस्वी आहेत कारण ते एका पूर्वनियोजित ध्येयाच्या दिशेनं जाताहेत.

यश म्हणजे तुम्ही जे आहात ते नाही, तर तुम्ही जिथे जात आहात ते होय. ज्या दिशेनं तुम्ही जात आहात तो प्रवास, तुमचे आयुष्याचे ध्येय म्हणजे यश. जीवनाचा मूलभूत नियम आहे निर्माण करा किंवा संहार करा. जर तुम्ही एखाद्या पूर्वनियोजित ध्येयाच्या दिशेने काम करत असाल तर तुम्ही निर्माण करताहात. जे करण्यासाठी देवानं तुम्हाला जन्म दिला ते तुम्ही करत आहात. मी असं मानतो की देवानं दिलेलं काम करण्यासाठी आपण इथे जन्म घेतला आहे. देवानंच जग बनवलं असं म्हणतात. म्हणजे निर्मिती हे देवाचं काम आहे. आपल्याला सर्जनाची क्षमता दिली असल्याने आपलं काम आहे आहे निर्माण करणं. पण ते इमाने इतबारे करायला लागावं. कारण ते करण्याची क्षमता आपल्यात आहे.

बऱ्याच लोकांना असं वाटतं की त्यांनी एक ध्येय निश्चित केलं, ते कागदावर उतरवलं आणि शक्य तितके कष्ट केले की ते यशस्वी होतील. पण तेवढ्यानं काही होणार नाही. ते खटाटोप करून करून दमून जातील. मग शेवटी ते एके दिवशी तो नाद सोडून जिथे होते तिथेच परत येतील. त्यांचं उरलेलं आयुष्य तसंच जाईल. जिम आणि व्यायामशाळांचं उदाहरण बघा. त्यांच्या मालकांना सदस्यत्वामधून लाखो डॉलर्स मिळतात. त्यांना माहिती असतं की जेव्हा एखादी व्यक्ती एका वर्षासाठी सदस्यत्व घेते तेव्हा

दोन-तीन आठवड्यांनतर ती व्यक्ती तिथे जाणं बंद करणार आहे. त्याचं कारण हे आहे की त्या व्यक्तीची चौकटच बदललेली नाहीये. त्यांना त्यांचं शरीर बदलायचं आहे, पण जी गोष्ट त्यांचे शरीर नियंत्रित करते ती त्यांना बदलायची नाही. शरीर हे मनाचे साधन आहे. शरीर मनोव्यापार व्यक्त करत असते - मग ते आपोआप होणारे असोत की सजगपणे, सहेतुकपणे निवडलेले असोत.

तुम्हाला हे नियम कळत असतील आणि तुम्ही त्याच्यानुसार काम करत असाल तरीही तुमच्या ध्येयापर्यंत पोहोचायला तुम्हाला काम तर करावंच लागेल. ते काही अगदी बागेत फेरफटका मारण्यासारखं नसेल; पण तो प्रवास निश्चितच खूप छान असेल. तुम्हाला त्यात खूप मजा येईल आणि तुम्ही पुढे पुढे जात राहाल.

पण हे लक्षात घ्या की, पुढे जाण्याचा अर्थ होतो की तुम्ही विचार-चौकट बदलत आहात. तुम्हाला फलनिष्पत्ती बदलायची आहे. पण फळ तर तुमच्याच कृतींची अभिव्यक्ती आहे. तुमच्या कृती येतात तुमच्या चौकटीतून, तुम्हाला किती माहिती आहे त्यातून नाही. लोकांना जास्त चांगलं काम कसं करावं ते माहीत असतं, पण ते तसं करत नाहीत.

जर आपल्याला आपल्या ध्येयापर्यंत पोहोचायचं असेल तर आपण आपली विचार-चौकट बदलणं आवश्यक आहे. अगदी निःसंशय ते तर करावंच लागेल. ज्याला विचार-चौकट काय आहे त्याची काहीच कल्पना नसेल त्याला यशस्वी आयुष्य जगायला मिळेल अशी काही शक्यताच नाही. पण गमतीचा भाग हा आहे की बऱ्याच लोकांना विचार-चौकट काय ते कळत नाही. गेल्या काही वर्षांत मी पाहिलंय की बरेच लोक यशस्वी होतात पण का, ते त्यांना कळत नाही. त्यांनी अतिशय चांगली विचार-चौकट बनवलेली असते. पण ते यशस्वी का आहेत ते कळण्याचं समाधान काही त्यांना मिळत नाही. त्यांनी जे साध्य केले आहे ते त्यांना संक्रमित करता येत नाही; दुसऱ्या कुणाला देता येत नाही.

तुम्हाला विचार-चौकट म्हणजे काय हे कळेल तेव्हा ती कशी बनवायची तेही कळेल. ती कशी बदलायची हेही लक्षात येईल. मग तुम्ही शर्यतीत भरधाव भाग घेऊ शकता. कारण तुमच्या आयुष्यावर तुमचं नियंत्रण असतं. ही मूलभूत तत्त्वं लक्षात आली की लोकांच्या आयुष्यात सुंदर गोष्टी होताना मी पाहिलंय.

भूतकाळात काय झालं किंवा तुम्ही कुठे सुरुवात करत आहात त्यानं काही फरक पडत नाही. तुम्ही कुठे चालला आहात तेच तेवढं महत्त्वाचं असतं. मी सुरुवात केली तेव्हा माझी आधीची कामगिरी वाईटच होती. माझी वृत्तीही खराब होती. माझ्यासाठी सगळंच प्रतिकूल होतं. पण त्या सगळ्यामुळं काही फरक पडला नाही. बायबलमध्ये सांगितल्याप्रमाणे 'गेलेल्यांना गेलेल्यांचे दफन करू द्या.' भूतकाळाशी निपटण्याचा हा फार चांगला दृष्टिकोन आहे.

सर्वांत पहिली गोष्ट म्हणजे तुमची एक विचार-चौकट आहे हे तुम्ही लक्षात घ्यायला लागतं. माझी, तुमची, सर्वांची एक विचार-चौकट आहे आणि आपण किती चांगली कामगिरी करू हे चौकटीवर अवलंबून आहे. आधीपेक्षा चांगली कामगिरी मला करायची असेल तर मला माझी विचार-चौकट बदलावी लागेल. मी सातत्याने शिकत असतो, माझी विचार-चौकट बदलत, जास्त चांगली करत असतो.

सवयीने जगण्याची पद्धत ही तुमची विचार-चौकट असते. तुमच्या चौकटीचा एक भाग फार चांगला आहे. तो तुमच्यासाठी उपयोगी आहे. तो इतरांसाठीही चांगला आहे. तो तुमच्या आयुष्यात काही चांगलं निर्माण करतो आहे. म्हणजे एखादी विचार-चौकट काही पूर्णपणे वाईट नसते. ती सकारात्मक आणि नकारात्मक दोन्ही असते. मला सुचणाऱ्या वाईट कल्पनांचा मी जास्त चांगल्या कल्पनांमध्ये कायापालट करू इच्छितो आणि माझ्या वाईट सवयी बदलून चांगल्या सवयी लावू इच्छितो. त्यामुळे मी रोज त्या दिशेने काम करत असतो. बहुतेक शेवटच्या दिवसापर्यंत करत राहीन.

तीन दिवस मी काही मित्रांबरोबर बाहेर गेलो. तेव्हा मी माझ्या उद्दिष्टांबद्दल विचार केला. माझ्या लक्षात आलं की माझं उद्दिष्ट उत्पादकता आणि आनंद वाढवणाऱ्या समृद्ध वातावरणात राहणं आणि काम करणं जेणेकरून मी माझ्या कुटुंबाला, समाजाला, कंपनीला, देशाला आणि सरतेशेवटी या जगाला देत असलेली सेवा जास्त चांगल्या प्रकारे देऊ शकेन हे आहे. सेवा हे माझं उद्दिष्ट आहे.

हे माझ्या लक्षात यायला तीन दिवस लागले. तुम्ही तुमच्या उद्दिष्टावर काम करण्यासाठी वेळ द्यायला हवा. तोच तुमचं दिवसाच्या सुरुवातीला अंथरुणातून उठून कामाला लागण्याचं कारण असतं. त्यामुळे तुम्हाला अनेक निर्णय घ्यायला मदत होईल. लोक मला ज्यातून चिक्कार पैसा मिळेल

अशा अनेक संधी देतात. मला त्यातल्या काहींमध्ये अजिबात रस वाटत नाही कारण त्या माझ्या उद्दिष्टाशी फटकून असतात.

मार्शल फील्ड यांच्या मते, 'स्थावर मालमत्ता अर्थात रिअल इस्टेट हा श्रीमंत होण्याचा सर्वोत्तम आणि सर्वांत सुरक्षित मार्ग आहे.' मी त्याच्याशी सहमत आहे असं म्हणता येणार नाही. स्थावर मिळकतीत बराच पैसा मिळू शकतो हे खरं आहे. पण ते काही माझं क्षेत्र नाही.

माझं उद्दिष्ट आहे ते मी करतो आहे : उत्पादकता आणि आनंद वाढवणाऱ्या समृद्ध वातावरणात राहणं आणि काम करणं जेणेकरून मी माझ्या कुटुंबाला, समाजाला, कंपनीला, देशाला आणि सरतेशेवटी या जगाला देत असलेली सेवा जास्त चांगल्या प्रकारे देऊ शकेन. मी तेच करतो. दररोज, पहाटेपासून संध्याकाळ होईपर्यंत मी तेच करत असतो.

तुम्हाला तुमचं उद्दिष्ट सापडलं नसेल तर मी तुम्हाला रोज सकाळी दहा–पंधरा मिनिटं त्यासाठी राखून ठेवायचा सल्ला देईन. जिथे तुम्ही शांतपणे बसू शकाल अशा कोणत्याही ठिकाणी एक पेन आणि वही ठेवा. कॉफी घेत असाल तर एक कॉफी करून घेऊन तुमच्या जागी बसा आणि विचारा, 'मला काय बरं करायला आवडतं?'

माझं असं मत आहे की आपण सगळे आपल्या आयुष्यात काहीतरी खूप महान असं करण्यासाठी बनवलो गेलो आहोत. आपल्याला अफाट गुणवत्ता आणि क्षमता प्रदान करण्यात आल्या आहेत – आपण कल्पनाही करू शकत नाही इतक्या अफाट. पण जर आपल्याला आपलं उद्दिष्ट कळलं नाही तर आपण त्या क्षमता वापरू शकत नाही. आपण एका यशस्वी कारभाराकडून आणखीन एका यशस्वी उद्योगाकडे जात राहू. पण सतत वैफल्याच्या भावनेने ग्रासलेले असू. कारण आपल्याला जे हवं होतं ते नाही आणि आपल्याला त्यातून पुरेसं समाधान मिळत नाही.

अर्ल नाइटिंगेल म्हणतात, ''आपण काही पैशांसाठी काम करत नाही. आपण काम करतो ते समाधान मिळवण्यासाठी. पैसे मिळवण्यासाठी आपण सेवा देतो.'' जर तुम्ही तुमच्या उद्दिष्टानुसार जात असाल तर तुम्ही दिवसभर जे काही करता त्यातून तुम्हाला प्रचंड समाधान मिळतं. मला ते मिळतं, कारण मी करतो ती प्रत्येक गोष्ट माझ्या उद्दिष्टासाठी करतो.

उद्दिष्ट निर्माण केलं जातं की त्याचा शोध लागतो, असा प्रश्न तुम्हाला पडेल. एकदा मी टीव्हीवर एका स्त्रीची मुलाखत पाहत होतो. ती लास

व्हेगासमध्ये कोरसमधील नर्तिका म्हणून काम करत असे. ती म्हणाली, ''मी काही स्टार बनण्याइतका चांगला नाच करत नाही हे मला माहीत होतं. मला पेस्ट्री बेक करणं मनापासून आवडायचं. म्हणून मी फ्रान्सला गेले. तिथल्या उत्तमोत्तम पेस्ट्रीच्या दुकानांमध्ये मी काम केलं.'' ती जगातल्या सर्वोत्तम पेस्ट्री शेफ्सपैकी एक बनली.

आता तुम्ही विचार करत असाल की, 'मला जे आवडतं ते करून तर काही पैसा मिळवणं शक्य नाही.' तुम्हाला तुम्ही जे करता ते आवडत असेल तर तुम्ही पैसे मिळवता की नाही त्यानं काही फरक पडत नाही. तुम्हाला ते आवडतं का, हेच फक्त महत्त्वाचं आहे.

अर्ल नाइटिंगेलपण म्हणायचे की श्रीमंती दोन प्रकारची असते : एक म्हणजे भौतिक आणि दुसरी, जिला ते सायकिक अर्थात 'मानसिक' म्हणत. मानसिक कमाई तुम्हाला तुमचा दिवस तुम्ही कशा प्रकारे घालवता त्यातून मिळते. भौतिक कमाई म्हणजे अर्थातच तुम्ही जो पैसा कमावता तो. हे सगळं मोबदल्याच्या नियमावर आधारलेलं आहे. अर्ल त्याला 'समीकरण' म्हणत. तुम्हाला मिळणारी कमाई ही थेट तुम्ही जे करता त्याची आवश्यकता, ते करण्याची तुमची क्षमता आणि तुमच्या जागी कुण्या दुसऱ्याला नेमण्यामुळे येणाऱ्या समस्या यांच्या प्रमाणात असेल. तुम्ही जे करता त्याची आत्यंतिक निकडीची गरज असायला हवी, त्यामुळे तुम्ही ते अतिशय चांगल्या प्रकारे करू लागाल आणि तुमच्या जागी कुणा दुसऱ्याला घेणं अतिशय अवघड होईल.

प्रकरण चौथे

चौकटी आणि सायबरनेटिक्स

इच्छित ध्येयप्राप्तीसाठी कंट्रोल सिस्टिम बनवा

आता मी तुम्हाला सायबरनेटिक्स आणि विचार-चौकट त्यांच्यातील संबंधांबद्दल सांगणार आहे. दोन्हींमध्ये खूप साम्य आहे. दुसऱ्या विश्वयुद्धाच्या वेळी गणिती नॉरबर्ट वायनर आणि भौतिकशास्त्रज्ञ आर्टुरो रोझेन्ब्लूथ या दोघांनी त्याचा शोध लावला. ते प्राणी आणि काही यंत्रांमधील नियंत्रण आणि संवादाचं विज्ञान आहे.

सायबरनेटिक कसं काम करतं ते समजून घेण्यासाठी उत्तम उदाहरण आहे तुमचं तापमान नियंत्रक अर्थात थर्मोस्टॅट. समजा, तुम्ही तुमच्या घरातले थर्मोस्टॅट सत्तर अंशांवर सेट करून ठेवलं आहे जेणेकरून घरातील तापमान सत्तर अंश राहील. मी उत्तरेत राहतो. हिवाळ्यात आमच्याकडे चांगलीच थंडी पडते. बसले असताना असताना तुमच्या पायांना गार वाऱ्याची झुळूक लागते. घरही गार होते. थर्मोस्टॅट पाहिल्यावर दिसतं की तापमान सहासष्ठ अंश इतकं कमी झालं आहे. काय झालं असावं याचा तुम्ही विचार करू लागता. तुमच्या लक्षात येतं की कुणीतरी दार उघडं ठेवलं आहे.

थर्मोस्टॅटकडून भट्टीला संदेश जातो. भट्टी सुरू होते. पंखा लावला जातो. त्याने भट्टीची उष्णता घरभर पसरते. थर्मोस्टॅट पुन्हा सत्तर अंशांवर येतो आणि सगळं बंद करतो.

विमानातील ऑटोमॅटिक पायलटसुद्धा एक प्रकारे सायबरनेटिक यंत्रणाच आहे. विमान जेव्हा गंतव्य स्थानाहून निघते तेव्हा वैमानिक

सायबरनेटिक यंत्रणा - ऑटोपायलट सुरू करतो. आता तो येऊन तुमच्या बरोबर जेवूही शकतो. तो तसं करत नाही हे अलाहिदा. पण त्यानं तसं केलं तरी चालण्यासारखं असतं, कारण ऑटोपायलट विमान चालवतंय. वाटेत वातावरणातील काही अनपेक्षित वावटळीमुळे विमान मार्ग चुकू शकते. सायबरनेटिक यंत्रणा काम सुरू करते आणि ते पुन्हा योग्य मार्गावर आणते. चूक सुधारून विमान योग्य मार्गावर आणणं, इतकंच तर करायचं असतं. मॅक्सवेल माल्ट्झ नावाच्या सौंदर्य शल्यचिकित्सकाने १९६०मध्ये प्रकाशित झालेल्या 'सायकोसायबरनेटिक्स' या पुस्तकात ही कल्पना प्रथम मांडली.

मानसिक यंत्रणा

विचार-चौकट ही एका प्रकारे सायबरनेटिक यंत्रणाच असते. समजा, एखाद्या व्यक्तीचं वजन ३० किलो जास्त आहे. तिला वजन कमी करायचं आहे. त्या व्यक्तीला पथ्य (डाएट) पाळावं लागेल. समजा, तिनं पथ्य सुरू केलं आणि ते सातत्यानं सुरूही ठेवलं तर तिचं वजन कमी कमी होत जाईल. आधी दोन किलो, मग पाच किलो, मग सात किलो.

मग ती व्यक्ती पथ्यात न बसणारं खाणं सुरू करते. काय होतं? हा चौकटीचा प्रताप असतो. विचार-चौकट जागी होऊन त्या व्यक्तीला नेहमीच्या रस्त्यावर आणून सोडते. पथ्य हे एक नवी विचार-चौकट बनवण्याची सुरुवात असते. पण लोकांच्या ते लक्षात येत नाही. कारण नवी विचार-चौकट कशी बनवायची हे त्यांना माहीत नसतं. ते आपल्या खाण्यापिण्याच्या सवयी बदलू पाहतात तेव्हा ते नक्की कशाशी लढताहेत हेच त्यांना माहीत नसतं. त्यांच्यातल्या दहापैकी नऊ जण अयशस्वी होतात.

त्यामुळेच लोक डाएट सुरू करून सोडत राहतात. जेव्हा त्यांचं वजन कमी व्हायला लागतं तेव्हा ते पुन्हा त्यांच्या मूळ मार्गावर येऊ लागतात. आता पुन्हा तीस किलो जास्त वजन होईपर्यंत ते खात राहतात. विचार-चौकट अगदी थर्मोस्टॅट किंवा ऑटोपायलटसारखीच काम करते. ती तुमच्या वागण्याची पद्धत नियंत्रित करते. तुम्ही काय खाता, किती व्यायाम करता, किंवा जे काहीही करता ते ती नियंत्रित करते.

त्या व्यक्तीला ती काय खाते हे विचार-चौकट कसं नियंत्रित करते हे समजून घेणं आवश्यक आहे. म्हणूनच डाएटचा काही उपयोग होत नाही.

लोकांना त्यांच्यावर या प्रोग्रॅमचं आणि त्यांच्या सुप्त मनाचं नियंत्रण आहे हेच कळत नाही. कशाशी लढायचं आहे ते न कळताच ते या प्रोग्रॅमशी दोन हात करत असतात. न पाहिलेल्या शत्रूशी त्यांची गाठ असते. त्यामुळे ते फारच कठीण असतं.

जेव्हा आपलं मन कसं काम करतं हे लोकांना कळायला लागतं तेव्हा ते प्रगती करू लागतात. कारण शत्रू कोण आहे ते त्यांच्या लक्षात आलेलं असतं. विचार–चौकट ही त्यांचा शत्रू असते. जेव्हा ही गोष्ट त्यांच्या लक्षात येत नाही तेव्हा ते अयशस्वी होत आहेत असं त्यांना वाटत राहतं कारण त्यांना जे करायचं असतं ते ते करू शकत नसतात. ते स्वतःला काही सूचना तर देतात, पण त्या पाळू शकत नाहीत.

विचार–चौकट समजून घ्या

या समस्येचं मुख्य उत्तर आहे शिस्त. स्वतःला एखादी सूचना देणं आणि ती पाळणं म्हणजे शिस्त. पण एखाद्या व्यक्तीला शिस्तबद्ध वागायचं असेल तर मुळात तिला आपण कशाबरोबर काम करतोय हे समजायला हवं. विचार–चौकट म्हणजे काय आणि तिचं कार्य काय असतं ते तिला समजायला हवं. ते समजलं नाही तर मात्र काही खरं नाही. कारण लढत न पाहिलेल्या शत्रूबरोबर असते.

सॉलोमन राजानं म्हटल्याप्रमाणे, ''तुम्हाला काहीही मिळालं तरी समजूतदारपणा मिळवणं मात्र अनिवार्य आहे.'' (प्रॉव्हर्ब्ज ४:७). समज ही शंका आणि चिंतेच्या विरुद्ध असते. विचार–चौकट आपल्यावर कसं नियंत्रण ठेवते त्याची समज आली की सगळा खेळच बदलतो.

मी का बदललो हे समजल्यानंतर मी कितीतरी जास्त प्रगती केली. मी इंग्लंडमध्ये राहत होतो तेव्हा माझं खूपच छान चाललं होतं, पण का ते मात्र मला माहीत नव्हतं. मी नकळतच आत्मविश्वासपूर्ण होतो. 'हे काय झालं?' असा मी विचार केला. ढगांवर स्वार असलेल्या एखाद्या लहरी देवाने, ''चला, आता बॉबचं भलं होऊ दे,'' असं म्हटल्यामुळे ते होत असावं असं म्हणावं, तर माझा अशा कोणत्याही देवावर विश्वास नव्हता. नशिबावरही माझा विश्वास नाही. व्हॉल्टेअरच्या म्हणण्याप्रमाणे, ''नशीब हा अज्ञात कारणांच्या परिणामाचे स्पष्टीकरण देण्यासाठी शोधला गेलेला शब्द आहे.''

तर, मला काही देवानं नशीबवान म्हणून माझी निवड केली असावी असं वाटत नव्हतं. नक्की काय झालं ते मला समजून घ्यायचं होतं. सव्वीस वर्षांचा असेपर्यंत सगळीकडे ठोकरा खात, पडत, अडखळत असलेला मी त्यानंतर जवळजवळ एका रात्रीत इतका अफाट यशस्वी कसा झालो?

जेव्हा एखाद्या व्यक्तीला विचार-चौकट म्हणजे काय आणि ती कशा प्रकारे आपल्याला नियंत्रित करते हे कळतं, तेव्हा ती व्यक्ती डाएट करायला लागली तर नीट खायला सुरुवात करते. शरीरावर नियंत्रण ठेवायला सुरुवात करते कारण शरीर हे मनाचं साधन आहे हे आता तिला कळलेलं असतं. ते मनाच्या व्यवहारानुसार चालतं. जेम्स ॲलन यांनी त्यांच्या 'ॲज अ मॅन थिंकेथ'मध्ये लिहिलं आहे की, 'शरीर हे एक नाजूक, प्लॅस्टिकचं साधन आहे. ज्या विचारांचा त्याच्यावर प्रभाव पडतो त्यांना ते लगेच प्रतिसाद देतं. विचारांच्या सवयींचे त्याच्यावर चांगले किंवा वाईट असे परिणाम होतात.'

तुम्हाला ही तत्त्वं कळली नाहीत तर स्वतःवर नियंत्रण ठेवून शिस्त लावणं तुम्हाला खूप कठीण जाईल. कारण तुम्ही कशाशी लढताहात तेच तुम्हाला माहीत नसतं. जेव्हा तुम्ही कशाशी लढताय ते तुम्हाला कळतं तेव्हा शिस्त आणि इच्छा या दोन्हींमुळे तुम्ही यशस्वी होता.

परस्परविरोधी तत्त्व

तुमचा डावा हात लांबवा. आता तुमचा उजवा हात लांबवा. डावा हात एका बाजूला आहे तर उजवा हात दुसऱ्या बाजूला. परस्परविरोधाचे तत्त्व नावाचा एक नियम आहे. तो विरुद्ध गोष्टींचा नियम आहे. प्रत्येक गोष्टीची एक विरुद्ध गोष्ट असते : डावे-उजवे, गार-गरम, वर-खाली, आत-बाहेर. जर डावं म्हणजे नकारात्मक : अज्ञान असं आपण मानलं, तर उजवीकडे सकारात्मकता असेल, ज्ञान असेल. जागृत पातळीवर अज्ञान हे शंका आणि चिंतेचं कारण असतं. जेव्हा या गोष्टी तुम्ही आत्मसात करता तेव्हा तुम्ही भीती नावाचा एक तरंग उत्पन्न करता. जेव्हा ही भीती व्यक्त केली जाते - ती व्यक्त व्हावीच लागते कारण ती मनावर ठसली आहे - ती शरीरामध्ये तीव्र चिंता किंवा अँक्झायटीच्या रूपात व्यक्त होते. तीव्र चिंता हे दुसरे तिसरे काही नसून शंका आणि चिंतेमुळे उत्पन्न होणाऱ्या भीतीची अभिव्यक्ती आहे.

दुसऱ्या बाजूला आहे समज. समज कशी येते? तिचा एकच मार्ग आहे : अभ्यास. तुम्हाला अभ्यास करावा लागतो. समजेतून श्रद्धा येते. ती भीतीच्या उलटी असते. श्रद्धेची अभिव्यक्ती तीव्र चिंतेत नाही, तर क्षेम-कल्याणात होते. क्षेमकल्याणाची परिणती आनंदोल्लासात होते.

एका बाजूला शंका आणि चिंता आणि दुसऱ्या बाजूला समज असेल तर मध्ये असतं ते केवळ असणं. ते फक्त असतं. ते चांगलं आहे की वाईट ते आपल्या विचारांवर ठरतं.

मला वाटतं की, लोकांनी अभ्यास करायला हवा. अभ्यास करणं अतिशय महत्त्वाचं आहे. पण जर आपल्याला काही उद्दिष्ट नसेल, काही ध्येय नसेल तर आपण अभ्यास करणार नाही. आपण शाळेतून बाहेर येतो तेव्हा आपल्याला वाटतं की आता झालं. दुर्दैवानं शाळेत आपल्याला कधीच अभ्यास कसा करावा किंवा कशाचा करावा ते शिकवलं जात नाही.

हे सगळं असलं तरी नवी विचार-चौकट सुप्त मनात पक्की करण्यासाठी कशाचा उपयोग होईल? एक म्हणजे वैयक्तिक विकासाची कोणतीही कमाल मर्यादा नाही हे लक्षात घ्यायला हवं. आपल्याला एखाद्या गोष्टीचा अभ्यास करून ती संपवायची सवय असते. पण या विषयाचा अभ्यास मात्र कधीच संपत नाही. तुम्ही स्वःला हवं तितक्या चांगल्या प्रकारे कधीच ओळखू शकत नाही. तुमची विचार-चौकट कायमच बदलत राहणार आहे. त्याचं फलित कायम 'काम चालू आहे' या स्वरूपाचं असेल.

वाढ आणि अस्वस्थता

मी अशा जागी आहे की जेव्हा मी काही नवं करेन तेव्हा अस्वस्थता निर्माण होणार आहे हे मला माहीत आहे. जर मी अगदी आरामात असेन तर अजिबात वाढ होत नाहीये, मी अडकलोय हे माझ्या लक्षात येतं. काय होतं आहे ते समजणं आणि न समजणं यांतला हा फरक आहे. जेव्हा तुम्ही विचार-चौकट बदलायचा प्रयत्न करता तेव्हा तुम्ही काय करत आहात ते तुम्हाला माहीत नसतं. तुम्ही हराल अशी शक्यता बरीच जास्त असते. विचार-चौकट नेहमीच जिंकते. म्हणूनच लोकांना डाएट करणं, पैसे साठवणं किंवा कामात प्रगती करणं कठीण जातं. विचार-चौकट कशी तयार होते आणि ती त्यांना कशी नियंत्रित करते ते त्यांना कळत नाही.

पण एकदा का ते लक्षात आलं की विचार-चौकट बदलणं तुम्ही कधीच थांबवणार नाही. त्याची संभाव्य कमाल मर्यादा आहे परिपूर्णता. स्वतःला परिपूर्ण समजणाऱ्या काही माणसांना मी ओळखतो. ते आजूबाजूला असले की तसे साधारणच वाटतं. पण कुणीच तसं नसतं. तरीही परिपूर्णतेची शक्यता तर असतेच.

एक दिवस तुम्ही पाण्यावरून चालू शकाल. सध्या तरी मी बुडतो. पण शक्यता नक्कीच आहे. सगळं काही शक्य आहे.

ही संकल्पना तुमच्या नीट लक्षात आली की, तुम्ही नेहमीच अस्वस्थ करणाऱ्या परिस्थितीत जात राहाल. कारण तुम्ही नेहमी जिथे तुम्ही पूर्वी कधी नव्हता तिथे जाल. तुम्ही तुमची परिस्थिती सुधारत राहाल. तेच होतं आहे हे तुम्हाला कळणं आवश्यक आहे. जेव्हा मी नव्या ध्येयांच्या मागे जातो तेव्हा त्यातून थोडी अस्वस्थता येणार आहे हे मला माहीत असतं. तुम्हाला मोह पडू शकतो. मी शांत बसून होईल तेवढंच करत आयुष्य घालवू शकतो. मी खूप आरामात राहीन हे खरं, पण माझी अवस्था खूप दयनीय असेल. कारण काय होतं आहे त्याची मला अतिशय तीव्र जाणीव आहे. माझ्यासाठी विकसित होत राहणं अपरिहार्य आहे.

वैयक्तिक विकास ही एक कधीही न संपणारी प्रक्रिया आहे. खरं तर वैयक्तिक विकास हा तसा नवाच विषय आहे. अर्ल नाइटिंगेल आणि लॉइड कॉनंट यांनी त्यातून व्यवसाय उभा केला आणि लोकांना त्याबद्दल जास्त सजग केलं. या क्षेत्रात इतर लोक मर्कटचेष्टाच करत होते. पण अर्ल आणि लॉइड यांनी अतिशय गंभीर आणि व्यावसायिक पवित्रा घेतला. अनेक चांगले लोक आकर्षित करून त्यांनी त्यांची कंपनी बनवली. त्यांचं साहित्य लोकांनी जसं वापरायला हवं, त्या प्रकारे वापरायला सुरुवात केली. मग त्यांच्या लक्षात आलं की या कल्पना जशा व्यक्तींच्या बाबतीत काम करतात तशाच त्या कंपन्यांच्या बाबतीतही लागू पडतात. त्यामुळे कंपन्यांनीही त्या साहित्याचा वापर सुरू केला.

१९६८ ते १९७३च्या दरम्यान जेव्हा मी नाइटिंगेल-कॉनंटमध्ये होतो तेव्हा चौकटीबद्दल काही कल्पना नव्हती. आम्ही त्याला सुप्त मनाचे वळण म्हणायचो. पण त्याची व्याप्ती किंवा ते कसं आकार घेतं ते आम्हाला कळलं नव्हतं. जोएल बार्कर यांनी जेव्हा १९९३मध्ये त्यांचं 'पॅराडाइम' पुस्तक प्रकाशित केलं तेव्हा आम्ही खऱ्या अर्थाने त्या कल्पनेला हात घातला.

अर्ल नाइटिंगेल 'विधायक असमाधाना'बद्दल बोलतात. माणसाला कायम जास्त चांगलं व्हायचं असतं. प्रगती करायची असते. हे कल्याणकारी तर असतं पण तरीही तो आहे असंतोषच. तुम्ही आरामात नसला तरी तुम्ही आनंदी असणार आहात कारण तुम्हाला जे हवं ते तुम्ही करता आहात आणि तुम्हाला हव्या असलेल्या दिशेनं तुम्ही जाता आहात.

वांछित फल विचारावस्था

लोक जेव्हाही बुद्धीचा विचार करतात तेव्हा त्यांना डावा मेंदू, तर्कसंबंधित गोष्टी अभिप्रेत असतात. तर सुप्त मनावर परिणाम करणाऱ्या गोष्टी या उजव्या मेंदूशी जास्त निगडित असतात. एखाद्या ध्येयाची अतिशय भावनावेगाने पुष्टी करणे, सर्जनशीलपणे त्या ध्येयाचे कल्पनाचित्र मनावर अशा प्रकारे बिंबवणे की ते दृग्गोचर व्हावे. या गोष्टी सुप्त मनावर प्रभाव टाकणाऱ्या असतात, त्या उजव्या मेंदूशी जास्त संबंधित असतात. या क्रियांनी विचार-चौकट बदलायला मदत होते.

नेव्हिलनी 'द पॉवर ऑफ अवेअरनेस' या पुस्तकात हा मुद्दा मांडला आहे. ते 'वांछित फल विचारावस्थे'बद्दल बोलतात. सोप्या शब्दांत सांगायचं तर तुम्ही इच्छिताकडे पोहोचलाच आहात असे समजणे. ती तुमची कल्पना असते; हे उजव्या मेंदूचे कार्य आहे. शेवटाकडून विचार करण्याच्या या क्षमतेबद्दल अंधारात असणे हे बंधनात असल्यासारखे आहे.

डावा मेंदू जास्त प्रबळ असलेल्या, कायदा, अभियांत्रिकी, अकाउंटिंग अशा क्षेत्रांत गेलेल्या लोकांना कधीकधी हे करणं कठीण जातं. पण एकदा का त्यांना ते ते जमलं की ते त्यांना अगदी चांगलं जमतं. कारण डावा मेंदूप्रधान लोक दृढ निश्चयी असतात. उजवा मेंदूप्रधान लोक त्या मानाने अस्थिर असतात. संकल्पनांपेक्षा ते कंपनं आणि भावनांनुसार चालतात.

विचार-चौकट बदलण्यापासून लोकांना रोखणारी एक महत्त्वाची गोष्ट म्हणजे तर्क. पण हिलरींनी तेन्झिंग नॉर्गेबरोबर एव्हरेस्ट पादाक्रांत करणं असो किंवा इतर कोणतेही मोठे यश असो, ते त्यापूर्वी कधी कुणीही केलं नव्हतं. हिलरींना जे करायचं होतं ते असं अतर्क्यच होतं. राइट बंधूंची कहाणी काही वेगळी नव्हती. हवेपेक्षा जड असलेली कोणतीही गोष्ट अधांतरी राहू शकेल ही कल्पनाच अगदी पूर्णपणे तर्काला सोडून होती.

पण तरीही त्यांनी ते करून दाखवलं. प्रत्येक मोठ्या सफलतेमागे तर्काला आव्हान दिलेलं दिसेल.

लोक म्हणतात की वास्तववादी असणं आवश्यक आहे. पण नाही, वास्तववादी असू नये. मी जेव्हा ध्येय निश्चित करत असतो तेव्हा मी वास्तववादी नसतो. मी अगदी तर्काला सोडून विचार करतो. त्याबद्दल आमच्याच कंपनीमधल्या लोकांबरोबर समस्या उभ्या राहतात, (त्यांना आता माझी आणखीन जास्त सवय व्हायला लागली आहे). एखादी व्यवहार्य गोष्ट करण्यात मला रस नसतो. जे अगदी तर्काच्या पलीकडे असेल ते मला करायचं असतं.

घरातल्या माझ्या कोपऱ्यात बसून 'साऱ्या जगभरात काम करणारी कंपनी मी उभी करेन', असं मी लिहिणं हे हास्यास्पदच होतं. असं काही करण्यासाठी लागतात तेवढे पैसे माझ्याकडे नव्हते. त्यासाठी काय करावं लागेल याची मला काहीच कल्पना नव्हती; पण मी ते करू शकेन हे मला माहीत होतं.

हिलरींना ते एव्हरेस्टवर पाऊल ठेवतील हे माहीत होतं. १९५१मध्ये त्यांनी प्रयत्न केला पण ते अयशस्वी झाले. पुन्हा १९५२मध्ये ते गेले आणि अयशस्वी झाले. १९५३मध्ये त्यांना परत चढाई करावी लागली. तीन वर्षं लागोपाठ ते प्रयत्न करत होते. ते होते न्यू झीलंडमधले मधमाशीपालक. एव्हरेस्टवर जाणारे लोक मृत्यू पावत. १९५२मध्ये जेव्हा त्यांनी ते परत चढाई करणार असल्याचं जाहीर केलं तेव्हा सगळेच त्यांच्यावर रागावले "तुला तसं करायचा हक्क नाही. जबाबदाऱ्या आहेत तुझ्या डोक्यावर," असं सर्वांचं म्हणणं होतं. राइट बंधूंचे वडील एका पुराणमतवादी संप्रदायाचे बिशप होते. राइट बंधूंनी ते उडू शकतील असं सांगितल्यावर 'त्यांच्यावर नरकात जळण्याची वेळ येणार आहे', असं त्यांनी आपल्या मुलांना सांगितलं होतं.

सगळे महान शोध अगदी अतर्क्य होते. जर तुम्हाला खरंच तुमच्या पूर्ण क्षमतेनुसार काम करायचं असेल आणि प्रत्येक सोम्यागोम्याला खूश ठेवायच्या फंदात पडायचं नसेल तर तुम्हालाच दिपून जायला होईल असं छाती दडपणारं ध्येय निवडा. तुम्ही कुठे जाताय ते तुम्हाला नीट माहिती असेल आणि तुम्ही नियमांना अनुसरून वागत असाल तर ते होईलच याची तुम्हाला खात्री असेल. ते काही नेहमी तुम्हाला हवे तेव्हा किंवा तुम्हाला

त्याची गरज आहे असे वाटते तेव्हा होईल असे नाही. पण ते होईलच हे तुम्हाला माहीत असते कारण तुम्ही त्या तरंगलांबीवर असता.

जेव्हा तुम्हाला हव्या असलेल्या शुभ गोष्टींची तरंगलांबी तुम्हाला सापडते तेव्हा ते तुमचे नवे घरच व्हायला हवे. ते जिथून तुम्ही जगाकडे पाहता ती जागा होते. तिथे जाणारे तुम्ही एकटेच असता – तुमची पत्नी, मुले, शेजारी, सहकर्मचारी – कुणीच तिथे तुमच्या सोबत नसते. म्हणूनच त्यांना न दिसणाऱ्या गोष्टी तुम्हाला दिसतात.

तुम्ही जर खरंच तुमच्या क्षमतेइतकी कामगिरी करणार असाल तर तुम्ही परिघाबाहेर पडून स्वतःवर पूर्ण विश्वास ठेवणं आवश्यक आहे. आपली कल्पनाशक्ती आपल्याला जे काही दाखवते ते सारे करण्याची आपल्यात क्षमता असते अशी माझी ठाम खात्री आहे. नेव्हिलच्या म्हणण्याप्रमाणे : ''दृढ निश्चयी कल्पना आणि शेवटापासून विचार या गोष्टी सर्व चमत्काराचं मूळ आहेत.''

चमत्कार अशी काही गोष्टच खरं तर नसते. प्रत्येक गोष्ट नियमानुसारच होते. फक्त होणाऱ्या काही गोष्टी आपल्याला कळत नाहीत. चमत्कार, नशीब, कुणावर प्रसन्न होणारा आणि कुणावर कोपणारा लहरी देव यांवर तुमचा विश्वास असेल तर तुम्ही काही साध्य करू शकणार नाही.

प्रकरण पाचवे

तुमच्या विचार-चौकटीवर तुमच्या विश्वासांचा परिणाम

विश्वास हे अचल आणि अंगभूत असतात अशी लोकांची कल्पना असते. वेगळ्या प्रकारे सांगायचं तर, 'मला हे असं वाटतं आणि आयुष्यभर मी हेच मानणार. मी असाच आहे.' राजकीय संदर्भात लोक 'मी लिबरल किंवा कॉन्झर्व्हेटिव्ह आहे,' असं, तर व्यक्तिमत्त्वाबद्दल 'मी तसा मवाळ आहे,' किंवा 'मी टाइप ए व्यक्ती आहे,' किंवा 'हे जे आहे ना ते पुरुषांना चांगलं जमतं आणि ते मात्र बायका चांगलं करतात,' वगैरे.

बहुतांश लोक असेच असतात. पण खरं तर तसं नसावं. कारण आपले विश्वास आपल्या आयुष्यातल्या प्रत्येक गोष्टीला आकार देत असतात. आपली विचार-चौकट आपल्या विश्वासांनी बनलेली असते. दुर्दैवाने आपण ज्या विश्वासांनुसार वागतो त्यातले बरेच हास्यास्पद असतात. त्यांना काही आधारच नसतो. सत्याच्या प्रकाशात विरूनच जातील असे ते असतात. कहर म्हणजे त्यातले बरेचसे वेडगळ विश्वास आपले स्वतःचे नसतातच.

विश्वास हा फार मजेचा शब्द आहे. माझ्या आयुष्यातली त्यांची भूमिका फार मोठी आहे. मी का यशस्वी होतो आहे हे शोधायचा मी प्रयत्न करत होतो. कुणी मला त्याचं उत्तर देऊ शकत नव्हतं. नक्की का ते सांगू शकत नव्हतं. संदर्भाचे फक्त दोनच स्रोत आहेत ते मला माहीत होतं : विज्ञान आणि अध्यात्म. मी वेगवेगळ्या धर्मांचा अभ्यास केला. कुराण, तोरा,

बायबल, द बुक ऑफ मॉरमॉन हे सारं वाचून काढलं. मी जे काही वाचलं तिथे सांगणं एकच होतं - विश्वास ठेवा. पार पूर्वी १९००मध्ये हार्वर्डच्या विल्यम जेम्स यांनी म्हटलं होतं, ''विश्वास ठेवा आणि तुमचा विश्वास वस्तुस्थिती निर्माण करेल.'' मला नवल याचं वाटायचं की, 'यावर विश्वास ठेवायचा कसा?'

त्याचं उत्तर मला माहीत नव्हतं. आपण आपला विश्वास कसा बदलू शकतो? आपण जे मानतो ते का बरं मानतो? एकातून दुसरी शंका निघत गेली. काही वर्षं हे चालू राहिलं. मला काही ते कळलं नाही आणि कुणाकडूनही मला त्याचं उत्तर मिळालं नाही.

विश्वास आणि पुनर्मूल्यांकन

एकदा मी व्हॅल व्हॅन्डरवॉल या माझ्या मार्गदर्शकाबरोबर जेवत असताना सहज गप्पा मारताना ते म्हणाले, ''आपली विश्वासप्रणाली आपण केलेल्या मूल्यांकनावर आधारित असते. बरेच वेळा आपण पुनर्मूल्यांकन केलं तर त्या परिस्थितीबद्दलचा आपला विश्वास बदलतो.''

ते हे बोलले आणि माझ्या मनात एकदम प्रकाश पडला. मी म्हणालो, ''थांबा थांबा, काय म्हणालात तुम्ही आत्ता?''

मी त्यांना ते पुन्हा सांगायला लावलं : ''आपली विश्वासप्रणाली आपण केलेल्या मूल्यांकनावर आधारित असते. बरेच वेळा आपण पुनर्मूल्यांकन केलं तर त्या परिस्थितीबद्दलचा आपला विश्वास बदलतो.''

माझं आयुष्य का आणि कसं बदललं ते मला एकदम जाणवलं. मी शोधत असलेलं प्रत्येक उत्तर मला मिळालं. मी सगळी ध्वनिमुद्रणं ऐकताना आणि पुस्तकं वाचताना टिपणं लिहीत असे. खरं तर तो सगळा वेळ मी 'आपण कोण आहोत' याचं पुनर्मूल्यांकन करत असे. कारण ते सारे वक्ते आणि लेखक सांगत होते ते माझ्याबद्दलच होतं. माझे सत्य काय आहे त्याबद्दल ते मला सांगत होते. मी कोण आहे त्याचं मी पुनर्मूल्यांकन करत होतो. माझ्या आयुष्यात काहीच धड नाहीये, मी एक निरुपयोगी माणूस आहे आणि माझं भविष्य माझ्या भूतकाळावर अवलंबून असणार आहे, असं वाटण्यापासून ते मी काय बदलायला हवं त्याचा विचार करण्यापर्यंत मी मजल मारली.

या प्रक्रियेला वेळ लागतो. त्यासाठी मला जितका वेळ लागला तितका वेळ लागेल असं नाही, कारण मी तुम्हाला सांगतोय ते शिकायला मला काही वर्षं लागली. त्या वेळी काही ते माझ्या लक्षात आलं नाही तरी पुन्हापुन्हा ती ध्वनिमुद्रणं ऐकून मी माझी विश्वासप्रणाली बदलत होतो.

पुनरावृत्तीमुळेच तुमच्या आतमध्ये जे काही होत असतं ते बदलतं. जेव्हा तुम्ही किती चांगले आहात ते सांगणारं ध्वनिमुद्रण तुम्ही परत परत ऐकत राहता आणि शिवाय तुम्ही कसे चांगले आहात त्याच्या अनेक पुराव्यांचे त्याला पाठबळ मिळते आणि तुम्ही पुन्हा पुन्हा ते ऐकता, तुमचा त्यावर विश्वास बसू लागतो.

तुम्ही एखाद्या व्यक्तीला एखादं असत्य पुन्हा पुन्हा सांगितलं तर त्याचा त्यावर विश्वास बसतो. हिटलरनं ते सिद्धच केलं आहे. त्यानं लोकांना धादांत खोट्या गोष्टी सांगितल्या. पण त्यानं लोकांचं मन असं काही वळवलं की त्यांचा त्याच्यावर विश्वास बसला. काहींना तर अजूनही त्यानं केलं ते बरोबर होतं असं वाटतं. हे ऐकायला जरी हास्यास्पद वाटलं तरी पुन्हा पुन्हा ऐकल्याने त्यांचा त्यावर विश्वास बसला.

जेव्हा तुम्ही एकच गोष्ट परत परत ऐकत राहता तेव्हा तुमचा त्यावर विश्वास बसू लागतो. शाळेत गेलं नाही तर यश मिळणार नाही असं आपण ऐकलेलं असतं. ते खरं नाहीये. शाळा कशी असते ते पाहिलंही नसेल अशा कित्येक लोकांनी मोठमोठ्या संस्था उभ्या केल्या आहेत. जे चर्चला जात नाहीत ते पापी असतात असंही आपल्याला शिकवण्यात आलं होतं. तेही काही खरं नाही.

आपला त्यावर विश्वास का बसतो? कारण लहानपणी आपण हे पुन्हा पुन्हा ऐकलं आहे. ते आपल्या मनात प्रोग्रॅम झालं आहे. लहानपणापासून परत परत ऐकल्याने आपला त्यावर विश्वास बसतो. जेव्हा एखाद्या गोष्टीची आपल्याला जाणीव होते त्या क्षणापासून आपण त्यावर विश्वास ठेवतो. तो आपल्या विश्वासप्रणालीचा भाग बनतो.

वैयक्तिक पातळीवर मला असं वाटतं की आपण आपल्या विश्वासांचं पुनर्मूल्यांकन करत राहायला हवं. जेव्हा काही परिस्थितीमुळे तुम्ही एखादी गोष्ट करू शकत नाही असं तुम्हाला वाटतं तेव्हा त्यात काही अर्थ नसतो. तुमच्यात काहीतरी अफाट आहे असा विश्वास तुम्हाला वाटायला हवा. आपल्या सगळ्यांच्यात असे काहीतरी अद्भुत आहे की आयुष्यभर आपण

त्याचा अभ्यास करू शकतो. अर्ल नाइटिंगेल यांनी सांगितल्याप्रमाणे, 'आपलं शरीर दर सेकंदाला चाळीस दशलक्ष पेशी बदलत असतं. आपण सतत नवनिर्मितीच्या प्रक्रियेत असतो.'

आपली विश्वासप्रणाली बदलू शकते. ती सतत बदलतच असते. हा बदल प्रगतिशील, विस्तारशील आणि जास्त अभिव्यक्तियुक्त असावा. कारण आपण आध्यात्मिक जीव आहोत. आत्मा नेहमी विस्तार आणि अधिक अभिव्यक्ती इच्छितो. हे नेहमी अधिक चांगले असते - कधीकधी नाही तर नेहमीच. जेव्हा आपल्याला हे लक्षात येते की आपण नेहमीच ते साध्य करू शकतो तेव्हा आपले आयुष्य अधिकाधिक चांगले होत राहते.

जागृत आणि सुप्त विश्वास

जेव्हा लोक त्यांची विश्वासप्रणाली बदलण्याचा प्रयत्न करत असतात तेव्हा त्यांना हवे तसे फळ लगेच मिळाले नाही की त्यांचा आत्मविश्वास डगमगू लागतो. त्यांची नवी स्वप्रतिमा जेव्हा त्या वेळी आयुष्यात लगेच घडणाऱ्या गोष्टींमध्ये प्रतिबिंबित झालेली दिसत नाही तेव्हा लोकांनी काय करावं?

ही समस्या समजून घ्यायची तर हे लक्षात घ्यायला हवं की इथे तुम्ही दोन पातळ्यांवर काम करत आहात : जागृत आणि सुप्त. जागृत पातळीवर तुमचा एखाद्या गोष्टीवर विश्वास असू शकतो पण अजून सुप्त पातळीवर तो नसेल. समजा, तुम्ही 'थिंक अँड ग्रो रिच' वाचलं असेल आणि तुम्ही पैसा कमवू शकता यावर तुमचा विश्वास बसला आहे. पण तसं प्रत्यक्षात होत नाहीये. तर मेख कुठे दडली आहे? हा विश्वास फक्त तुमच्या बुद्धीत आहे. तो तुमच्या मनात अंतर्मनात वसला पाहिजे. जोपर्यंत तो तुमच्या सुप्त मनात चांगले मूळ धरत नाही तोपर्यंत त्याचे फळ दिसणार नाही.

लोकांना जेव्हा त्यांचा ज्यावर विश्वास आहे अशी गोष्ट आयुष्यात घडताना दिसत नाही तेव्हा ते गोंधळतात. हा सगळा सवयीचा - विश्वास वर्तनात आणण्याचा मामला आहे. जेव्हा 'मी हे करू शकेन,' असे तुम्ही म्हणता, पण प्रत्यक्षात तसे करत मात्र नाही तेव्हा त्याचे कारण हे असते की तो विश्वास तुमच्या सुप्त मनात व्यवस्थित रुजलेला नाही. पुनरावृत्तीने आणि व्यवस्थित कल्पनाचित्र रंगवून सुप्त मनात चांगला रुजला की तो विचार फलद्रूप होण्यास सुरुवात होईल.

जॉर्ज लिओनार्द यांनी 'मास्टरी' नावाचे एक पुस्तक लिहिले आहे. ते म्हणतात की, 'जेव्हा तुम्ही एखाद्या गोष्टीबरोबर राहता तेव्हा तुम्ही काही काळ स्थिरावस्थेत असाल. पण जर तुम्ही दिवस-रात्र त्याचा सराव करण्याचा परिपाठ ठेवला तर एके दिवशी अचानक उडी मरून तुम्ही नव्याच उंचीला पोहोचाल. पण ही उडी केव्हा होणार आहे ते तुम्हाला माहीत नसतं. तेव्हाच तुम्ही हनुमान उडी मारता.'

जेव्हा प्रभुत्व मिळते तेव्हा निकालांमध्ये प्रचंड फरक पडतो. हे इतक्या वेगानं घडतं की ते धक्कादायकच असतं. जेव्हा माझी कमाई वर्षभरातच वर्षाला ४,००० डॉलर्सवरून १४,५०० डॉलर्सवर गेली तेव्हा माझ्यासाठी तो सर्वतोपरी एक धक्काच होता. जेव्हा तुम्ही एखाद्या गोष्टीवर प्रभुत्व मिळवता तेव्हा हे घडतं.

या प्रक्रियेसाठी प्रत्येकाला लागणारा वेळ वेगवेगळा असू शकतो. ते पुनरावृत्तीवर – तुम्ही एखाद्या गोष्टीचा किती परत परत आणि किती खोलवर अभ्यास करता, यावर अवलंबून असतं असं मला वाटतं. उजळणी हा इथं परवलीचा शब्द आहे.

लोकं सेमिनार्सना जातात, पुस्तकं वाचतात, ध्वनिमुद्रणं ऐकतात, पण त्यांना इच्छित निकाल मिळत नाहीत तेव्हा ते निराश होतात. त्यांना दिसत नसणाऱ्या अनेक गोष्टी होत असतात हे त्यांच्या लक्षात येत नाही. आपण एका अदृश्य जगाचा भाग असतो. खरं तर मोठ्ठा भाग अदृश्यच असतो. कोणतीही गोष्ट निर्माण किंवा नष्ट होत नाही. कंपनाच्या नियमाप्रमाणे प्रत्येक गोष्टीची कंपने वेगळी असतात. प्रत्येक कंपन त्याच्या वरच्या आणि खालच्या कंपनाशी जोडलेले असते. त्यामुळे सर्वकाही एकमेकांशी जोडलेले असते. जे दिसते ते आणि अदृश्य आहे तेही जोडलेलेच असते. आत्मा त्याच्या विरुद्ध ध्रुवांच्या माध्यमातून व्यक्त होतो. आत्मा ज्या भौतिक शरीरात तुम्ही राहता त्यातून आणि त्याच्या द्वारे काम करत असतो.

सामान्य माणसाला त्याबद्दल काहीच माहिती नसते. किवा ते बौद्धिकदृष्ट्या त्यावर विश्वास ठेवतात खरा, पण तसे काही घडत नसते आणि त्यांना निराशा येते. बरेचवेळा नेपोलियन हिल म्हणतात तसे, 'श्रीमंतीपासून अगदी दोन बोटे दूर असतानाच ते निराश होऊन माघार घेतात.'

'यू २' या पुस्तकात प्राइस प्रिचेट यांनी लिहिलंय, ''पुरावा नसणं हा नसण्याचा पुरावा नाही.'' पुढे ते म्हणतात, ''हिमखंड कसा असतो त्याची

कल्पना करा. जे तुम्हाला दिसतं ते जे आहे त्याचं एक लहानसं टोक असतं. तुम्ही जे साध्य करू शकता त्यावर अतिशय गाढ परिणाम करू शकणारे अदृश्य घटक दिसले नाहीत तरी तितकेच खरे असतात.''

इथे आपल्याला कळत नसलेल्या गोष्टीशी आपला संबंध आहे. बहुतांश लोकांच्या मनासाठी अगदी अनाकलनीय असलेल्या अशा गोष्टीशी. सर्वसाधारण व्यक्तीला स्वतःबद्दल फारच थोडी कल्पना असते. आपण शाळेत आपल्या स्वतःबद्दल काहीच शिकत नाही. तुम्ही मानसशास्त्र शिकलात तरी तुम्ही कोण आहात त्याच्या गाभ्यापर्यंत तुम्ही कधीच जात नाही. ते सगळं बौद्धिक पातळीवरचंच असतं. आपण कोण आहोत त्याच्या अध्यात्मिक गाभ्यापर्यंत आपण कधी जात नाही. किती दुखःद आहे हे!

या कल्पना जेव्हा मी पहिल्यांदा ऐकल्या तेव्हा मला त्या वेडगळ वाटल्या. पण जे गृहस्थ त्या समजावत होते ते म्हणाले, ''माझ्या पद्धतीनं काम होतं, तुमच्या पद्धतीनं होत नाही. तुम्ही माझी पद्धत वापरून का पाहत नाही?'' ते सुखी, निरोगी आणि संपन्न होते. मी दुःखी, आजारी आणि कर्जबाजारी होतो. ते म्हणाले, ''मी सांगतो ते खोटं बोलतोय असं तुमच्या समोर येईपर्यंत किंवा मी काय बोलतोय ते कळत नाहीये असं होईपर्यंत, तसंच्या तसं करून बघा.''

त्यांच्या बोलण्यात मर्म आहे असं मला वाटलं. मी त्यांचा सल्ला मानला. लगेचच सगळं बदलायला लागलं. अर्थातच त्यानं माझी विचारसरणीही बदलू लागली. ज्यांना अनेक लोक अवकाश कार्यक्रमाचे जनक मानतात त्या वेर्नहर व्हॉन ब्रॉन यांच्या म्हणण्याप्रमाणे अनेक वर्षं विश्वाच्या नेत्रदीपक कोड्यांचा अभ्यास करताना त्यांचा देवाच्या अस्तित्वावर गाढ विश्वास बसला आहे. ते म्हणतात की, या विश्वाचे नैसर्गिक नियम इतके अचूक आहेत की आपल्याला अवकाशयानं बनवणं, चंद्रावर माणसं पाठवणं, त्यांच्या प्रस्थान किंवा उतरण्याच्या वेळा सेकंदाच्या लहानशा अंशापर्यंत अचूक ठरवणं हे जराही अवघड जात नाही.

हे मला आवडतं. तुम्हाला शक्य तितके हे नियम समजून घेणं हा कळीचा मुद्दा आहे. मग तुम्हाला गोष्टी कशा होतात आणि त्या कशा होऊ शकतात हे कळेल.

व्यत्ययावर मात करा

मी आधी सांगितलं त्याप्रमाणे राष्ट्राध्यक्ष केनेडींनी जेव्हा व्हॉन ब्रॉनना चंद्रापर्यंत जाऊन पुन्हा सुरक्षित परत येणारं रॉकेट बनवण्यासाठी काय लागेल हे विचारलं तेव्हा ते म्हणाले, ''तसं करण्याची इच्छा.''

इच्छा ही एक उच्च कोटीची क्षमता आहे. तिच्यामुळे व्यत्यय आणणाऱ्या बाहेरील इतर सर्व गोष्टी बाजूला सारून एखादी कल्पना आपण आपल्या मनाच्या पडद्यावर धरून ठेवू शकतो.

दुर्दैवाने, आपण सदैव मनाच्या गोंधळलेल्या स्थितीत असतो. आपण पाहतो, ऐकतो, वास घेतो, चव घेतो आणि स्पर्श करतो. पण ही पाच ज्ञानेंद्रिये केवळ आपल्याला बाह्य भौतिक जगाशी जोडतात. तिथे सतत काहीतरी घडामोडी चालेलल्या असतात. तुमचे जागृत लक्ष तिथे जावे असे सारखे काही घडत असते. इच्छेचा योग्य वापर करून तुम्ही ही पाचही इंद्रिये बंद करून तुमचे मन ज्या कल्पनेवर तुम्हाला लक्ष द्यायचे आहे तिथे केंद्रित करू शकता. महान गोल्फ खेळाडू असेच करतात. चांगले खेळाडूही ते करतात. सर्व चांगले विक्रेतेही तसे करतात. कोणत्याही गोष्टीत पारंगत असलेले लोक तेच करत असतात. ते त्यांच्या कामावर लक्ष केंद्रित करतात. त्यांचं मन इकडे तिकडे सैरावैरा पळत नाही.

आध्यात्मिक दृष्टीने माणूस म्हणून आपण आपण इतर सर्व सृष्टीबरोबर भागीदार आहोत. खरं तर परमतत्त्व सर्वत्र, सर्वकाल १००% व्यापून उरलेले आहे. परमतत्त्व सर्वव्यापी आहे. सर्व काही परमतत्त्वच आहे. जे परमतत्त्व नाही असे काहीही नाही आहे. ते अनेक रूपांत व्यक्त होते. पण ते नेहमीच त्याच्या अगदी विरुद्ध असलेल्या भौतिक रूपात व्यक्त होतेच होते.

जे काही अस्तित्वात आहे त्या सर्वांत आणि आपल्यातही परमतत्त्व आहे. पण इतर आणि आपण, यांत एक फरक हा आहे की आपण स्वतःबद्दल सजग आहोत. आपल्याला आपल्या असण्याची कल्पना आहे. जाणीव, इच्छा, तर्क, कल्पना, स्मृती आणि अंतर्प्रेरणा या आपल्या माहितीप्रमाणे इतर कोणत्याही जीवाला न प्राप्त झालेल्या बौद्धिक क्षमता आपल्याकडे आहेत.

त्यातील प्रत्येक क्षमतेचा अफाट विकास करता येतो. त्याचे प्रतिबिंब निकालात दिसते. त्यांच्या परिणामामुळे त्या तुमच्या लक्षात येतील. मी

सांगितलं त्याप्रमाणे बहुतांश लोकांना या क्षमतांबद्दल फार कमी माहिती असते. ते फक्त त्यांना त्यांच्या ज्ञानेंद्रियांनी जे जाणवतं तेवढ्याचाच विचार करतात. तुम्ही जर भौतिक जगाला तुमच्यावर नियंत्रण करू देणार असाल तर तुमच्याकडे आत्तापर्यंत जितके आहे त्यापेक्षा जास्त काही तुम्हाला मिळणे शक्य नाही.

आपल्या भौतिक जगातले सर्वकाही तिसऱ्या मितीत असते. तुमच्या उच्च क्षमतांच्या साहाय्याने तुम्हाला त्याच्या पुढे जायचे असते. जर आपण ईश्वराचे प्रतिबिंब म्हणून निर्मिले गेलो असलो तर सर्वकाही शक्य आहे. आपण काहीही करू शकतो. आपण काही देव नाही. पण आपण देवाचीच अभिव्यक्ती आहोत आणि खूप महान काम करू शकतो. म्हणूनच तर येशूने जॉनला ''तू यापेक्षा महान कार्य करू शकतोस'', असे सांगितले (जॉन १४:१२). तुमचा संबंध एका अथांग शक्तीशी आहे. तुम्ही काय करू शकता त्याला काही मर्यादा नाही. ते काय आहे किंवा किती चांगले आहे त्याचा काही संबंध नाही. ते अजूनही चांगले होऊ शकते. अजून चांगले ही किती सुंदर कल्पना आहे ना.

भावना आपल्याला चालना देतात. त्यांच्यामुळे आपण गतिमान असतो. पण आपल्या भावनिक मनात काय चालते त्यावर आपल्या बुद्धीचे नियंत्रण असते. जागृत मन अनुमानिक आणि तार्किक अशा दोन्ही पद्धतींनी विचार करते. सुप्त मन मात्र फक्त तार्किक विचार करते. दुसऱ्या शब्दांत सांगायचं तर ते फक्त स्वीकार करतं, नाकारू शकत नाही. तुमच्या जागृत मनाकडे अनुमानिक विचार करण्याची क्षमता असते. त्यात तुमच्या सुप्त मनात काय चालले आहे ते नक्की करण्याची क्षमता असते. जर का तुम्ही ती अनुमानिक विचारक्षमता वापरत नसाल, जर ती सुप्तावस्थेत असेल तर तुमच्या आवतीभोवती जे चालले असेल ते थेट तुमच्या सुप्त मनात पाहोचून तुमचे वागणे नियंत्रित करेल.

जाहिराती कशा प्रकारे प्रभाव टाकतात

जाहिराती अगदी अशाच प्रकारे काम करतात. त्या तुमची अनुमानिक विचारक्षमता कुंठित करतात आणि तुमच्या सुप्त मनात प्रवेश मिळवतात. त्यामुळे तुम्ही पूर्णपणे तर्काधिष्ठित होता आणि सांगण्यात येईल तसे वागता.

एखाद्या व्यक्तीची अनुमानिक विचारशक्ती आकर्षण, सहमती किंवा धक्का वापरून कुंठित करता येते. लोकांना अशाच प्रकारे संमोहित केलं जातं. जाहिरात हा संमोहनाचाच प्रकार आहे. तुम्हाला आकर्षित करून, धक्का देऊन ते तुमची अनुमानिक विचारशक्ती कुंठित करतात. आणि मग काय! एक चित्र थेट तुमच्या सुप्त मनात घर करतं. ते हे काही एकदाच करत नाहीत. कधीही एक जाहिरात नाही तर अनेक जाहिराती दाखवल्या जातात. त्या पुन्हा पुन्हा दिसतात. त्यांतला संदेश थेट आपल्या सुप्त मनात घर करतो. शेवटी तुम्ही त्यांना तुम्ही जे करायला हवं आहे ते करू लागता. हे असं कसं झालं याचं तुम्हाला नवल वाटतं. त्याचं कारण हे, की ती कल्पना तुमच्या मनात रुजलेली असते.

जाहिरातदारांना हे माहीत असतं की तुम्ही एका विवक्षित मानसिक स्थितीत असताना कोणतीही कल्पना त्यांनी तुम्हाला पुन्हा पुन्हा दाखवली की तुम्ही त्या संदर्भातली क्रिया कराल. ते तुम्हाला आकर्षित करतात. तुम्ही एक चित्रपट पाहत असता. कुणीतरी कुणाच्यातरी मागून येतं. तुमचं हृदय धडधडत असतं. तुम्ही अधीरतेने सरसावून बसलेला असता. आणि अचानक, धडाम! तुमच्या समोर एक सुंदर गाडी उभी राहते. ते काही एकदाच असं करत नाहीत. हे पुन्हा पुन्हा केलं जातं. नंतर तुम्ही गाड्यांच्या शोरूमबाहेर का घुटमळत आहात याचं तुम्हाला नवल वाटत राहतं.

ही जिथं सगळं होत असतं ती जागा आहे सुप्त मन. तेच आपल्याला कृती करायला प्रेरित करतं. मात्र, जागृत मन सुप्त मनात काय चालतं त्याबद्दल हुकूम देऊ शकतं. आपण विचार करायला हवा, पण बहुतांश लोक तो करत नाहीत. त्यांना पाहूनच ते विचार करत नाहीयेत हे तुमच्या लक्षात येईल.

प्रतिसाद की प्रतिक्रिया?

डॉ. व्हिक्टर फ्रँकल यांनी 'मॅन'स सर्च फॉर मीनिंग' नावाचं एक अफलातून पुस्तक लिहिलं आहे. ते एक ज्यू मानसशास्त्रज्ञ होते. दुसऱ्या महायुद्धाच्या दरम्यान ते एका छळछावणीत कैदी होते. त्यांनी लिहिलंय, "कितीही शारीरिक किंवा मानसिक छळ करूनही कुणीही तुम्हाला तुम्हाला करायचा नसलेला विचार करायला भाग पडू शकत नाही." कोणत्याही परिस्थितीत

ती परिस्थिती आणि तुमचा तिला प्रतिसाद यांमध्ये एक अवकाश असतो याकडे ते अंगुलिनिर्देश करतात. तो अवकाश कदाचित एखाद्या मिलीसेकंदाचाही असेल, पण त्यात तुम्ही प्रतिक्रिया देणार आहात की प्रतिसाद देणारे आहात ते तुम्ही नक्की करू शकता.

तुम्ही केवळ प्रतिक्रिया दिली तर परिस्थिती किंवा व्यक्ती निवडण्याची तुमची क्षमता तुम्ही शून्य करताहात. तुम्ही ज्या कशावर प्रतिक्रिया देत आहात त्याला तुम्ही तुमची शक्ती देत असता. मला मनाला लागेल असं काही तुम्ही बोललात तर मी तुम्हाला माझी ताकद देऊन टाकत असतो, मी तुम्हाला मला अस्वस्थ करण्याची परवानगी देऊ करत असतो. विचार करणं बंद करून मी माझ्या सुप्त मनात घुसतो.

जर मी प्रतिसाद देत असेन तर मी पाहतो आणि विचार करतो, 'तो असं का बरं म्हणाला असेल? पण ते काही खरं नाही. मी खरं तर एक चांगला माणूस आहे. मी ते मनावर घेण्याची काही गरज नाही.' आता तुम्ही प्रतिक्रिया नाही तर प्रतिसाद देत आहात. लोकांनी हे करायला शिकणं गरजेचं आहे. मी लोकांना सांगतो, ''जेव्हा तुम्ही प्रतिक्रिया देता तेव्हा तुमच्यासाठी बाह्य असणाऱ्या गोष्टी तुमचा ताबा घेतात, तुमच्या स्वतःवर तुमचा ताबा नसतो.''

प्रतिक्रिया देण्याऐवजी प्रतिसाद द्यायचा असेल तर सर्वांत आधी तुम्ही प्रतिक्रिया देत आहात याचं भान तुम्हाला असणं आवश्यक आहे. माणूस खूप वेगानं प्रतिक्रिया देऊ शकतो. ''तिला तुम्हाला कसं डिवचायचं ते बरोबर माहीत आहे,'' असं म्हणतात ना. आपल्याला प्रतिसाद द्यायचा असेल तर त्यासाठी विचार करावा लागतो. आणि लोक काय म्हणतील याचा विचार करणं सोडून द्यावं लागतं. कुणी तुम्हाला बोचरं काही बोललं तर तुम्ही त्यावर प्रतिक्रिया देऊ शकता. मग समोरच्याला राग येतो. उत्तरादाखल तुम्हीही रागावता. मग आरडाओरडा होतो. त्यात कुणीच जिंकत नसतं.

जेव्हा असं काही होतं तेव्हा थोडं थांबून ते असं का करताहेत, असं का म्हणताहेत याचा विचार करा. पण आपली जडणघडणच अशी झालेली असते की आपण प्रतिक्रिया देतो.

आपण सतत सूचनेनुसार काम करत असतो. आरडाओरडा, भांडणं, दंगे या सगळ्या मूर्खपणात लोक एकमेकांना प्रतिक्रिया देत असतात. विचार करत नसतात. मग आपण तेच करत त्यांना शांत करायचा प्रयत्न करतो. पण आगीने

आग विझवण्यात काही अर्थ नसतो. लोकांना जरा थांबून विचार करायला उद्युक्त करणं आवश्यक आहे. पण शाळेत आपल्याला विचार करायला शिकवतच नाहीत. इतर विषयांप्रमाणे विचार करणंही शिकवता येतं. अगदी पियानो वाजवणं किंवा टायपिंग शिकवतात तसंच. तुम्हाला तुमच्या उच्च क्षमता, तुमची तार्किक विचारशक्ती वापरणं शिकवता येतं. तुमच्या आवतीभोवती काय चाललं आहे त्यावर प्रतिक्रिया देण्यापेक्षा तुम्ही त्याला प्रतिसाद द्याल असा निश्चय करून तुम्ही तो पाळू शकता आणि त्यात पारंगतही होऊ शकता.

मी कधीच प्रतिक्रिया देत नाही असं मी म्हणणार नाही. कारण कधीकधी मीही तसं करतो. पण जेव्हा मी ते करत असतो तेव्हा मला त्याची जाणीव होते आणि मी ते थांबवतो. तुम्ही प्रतिक्रिया देत असाल तर तुम्ही जिंकू शकत नाही.

कागदावर लिहून समस्या सोडवा

जेव्हा माझ्या समोर काही समस्या असेल तेव्हा मी काही युक्त्या वापरतो. पहिलं म्हणजे शक्य तितक्या स्पष्ट शब्दांत मी ती कागदावर उतरवतो. लिहून झाल्यावर आशयाला धक्का न लावता त्यातले शक्य तितके शब्द काढून टाकतो. मला ते अशा प्रकारे लिहायचं असतं की तुम्ही ते वाचलंत तर तुम्हाला ती समस्या मला दिसते त्याच स्वरूपात दिसावी.

अशा प्रकारे समस्या लिहून काढल्यावर मी टेबलवर वेगळ्या जागी जाऊन बसतो. माझ्या घरात मी हे जेवणाच्या टेबलवर करतो. ऑफिसमध्ये असलो तर मी तो कागद टेबलच्या मध्यभागी ठेवतो. मग मी दुसऱ्या जागी बसतो आणि विचारतो, 'अर्ल नाइटिंगेलनी याकडे कशा प्रकारे पाहिलं असतं?' मी मानसिकदृष्ट्या अर्लच्या ऊर्जेत शिरण्याचा प्रयत्न करतो. ते याबद्दल कसा विचार करतील? याकडे कसं बघतील?

अशा सगळ्या प्रश्नांशी झटापट केल्यानंतर परत वेगळ्या जागी बसून मी विचार करतो, 'नेपोलियन हिल याबद्दल कसा विचार करतील?' नंतर परत दुसरीकडे बसून मी विचार करतो, 'अँड्र्यू कार्नेगी याविषयी कसा विचार करतील?' एडिसन किंवा हेन्री फोर्ड वगैरेंसारखे साधारण अर्धा डझन लोक मी निवडतो. मानसिकदृष्ट्या त्यांच्या ऊर्जेत प्रवेशतो. मग थोड्याच वेळात मी त्याकडे खूप वेगळ्या दृष्टीनं पाहू लागतो.

मी आधीच माझा स्वर्गीय मित्र वेन डायर याचा उल्लेख केला आहे. तो म्हणतो : ''जेव्हा तुम्ही जसे पाहता आहात ते बदलता तेव्हा तुम्ही ज्याकडे पाहत असता ते बदलतं.'' त्यानं परिस्थितीबद्दलची तुमची समज बदलते. ती एक फार चांगली गोष्ट आहे, एक जादूई मंत्रच म्हणा ना.

त्यानंतर तुम्ही वरून खाली काम करत यायचं असतं. त्याचा अर्थ आहे परमतत्त्वाच्या पातळीवरून बौद्धिक आणि तिथून शारीरिक परिघाकडे येणे. नेहमी परमतत्त्व ते बौद्धिक ते शारीरिक अशी दिशा ठेवा. तुम्ही विजेबरोबर काम करत असाल तर नेहमी वरपासून खालच्या पातळीला यावं लागतं. तुम्ही त्या नियमाविरुद्ध काम केलंत तर विजेपासून तुम्हाला काही मिळणं शक्य नाही.

परमतत्त्व विचारांच्या पातळीवर असतं. तुम्ही बाहेरून आत नाही तर आतून बाहेर जात आहात. तुम्ही बहुतांश लोकांप्रमाणे सध्याच्या निकालांकडे बघून त्यांच्याकडे तुमचे नियंत्रण सोपवत नाही. ते बाहेरून आत आणि खालून वर जातात. त्यांचे लक्ष समस्येवर केंद्रित असते. मग ते आकाशातल्या अदृश्य देवाला समस्या सोडवण्यासाठी प्रार्थना करतात.

आपण आध्यात्मिक जीव आहोत. म्हणूनच आपण आपल्या आत्म्याकडे, विचारांच्या विश्वात जाऊ शकतो. विचार आणि परमात्मा सर्वव्यापी असतात. चंद्रावर भ्रमंती करताना कॅप्टन एडगर मिशेल विचार स्थानांतरण करत होते. पुढे त्याची एका मानसशास्त्रीय नियतकालिकात नोंद झाली.

तुमचे विचार सर्वव्यापी आहेत. तुम्ही विचार करत असता तेव्हा एका प्रचंड शक्तीबरोबर काम करत असता. विचार ही ज्ञात असलेली सर्वांत शक्तिशाली ऊर्जा आहे. तिच्या समोर लेझर किरणंही फिकी पडतील. विचारापासून सुरुवात करून तुम्ही कल्पनेकडे जाता आणि तिथून वस्तूकडे. तुम्ही कधी बाहेरून आत येत नाही : नेहमी आतून बाहेर येता. मी हे खूप काळापासून करतो आहे. एखाद्या जादूई मंत्रासारखं ते काम करतं. तुम्ही जेव्हा नियमांबरोबर मेळ साधून काम करता तेव्हा सगळं कसं सुंदर, सुरळीत होतं. जेव्हा तुम्ही तसं करत नसता, तेव्हा ते सुंदर नसतं, खूप अवघड असतं.

प्रकरण सहावे

जोरदार कामगिरीसाठी विचार-चौकट

जोरदार कामगिरी करण्यासाठी विचार-चौकट तयार करायची असेल तर आपले मन कसे वापरावे याचे वेगवेगळे मार्ग आता मी तुम्हाला संगणार आहे.

त्यासाठीची एक प्राथमिक आवश्यकता आहे चांगला दृष्टिकोन. मी तुम्हाला सांगितलंच आहे ना, माझे मार्गदर्शक अर्ल नाइटिंगेल दृष्टिकोनाला परवलीचा शब्द म्हणायचे. उत्तम दृष्टिकोन विकसित करण्यासाठी आपल्या मनाचा उपयोग कसा करावा? तो मजबूत करण्यासाठी आपल्या रोजच्या आयुष्यात कोणत्या सवयी लावून घ्याव्यात?

मी सतत अभ्यास करत असतो. माझ्या टेबलवर नेहमी पुस्तकं असतात. प्राइस प्रिचेट यांचं 'यू २'; मार्क व्हिक्टर हॅन्सेन आणि त्यांच्या पत्नी क्रिस्टल यांचं 'आस्क!'; रॉबर्ट रसेल यांचं 'यू टू कॅन बी प्रॉस्परस'; नेपोलियन हिल यांचं 'द पॉवर ऑफ अवेअरनेस' ...माझ्या टेबलवर नेहमी पुस्तकं असतातच.

माझ्या पुस्तकांच्या कपाटामध्ये थॉमस ट्रॉवर्ड यांची पुस्तकं आहेत. तुम्ही त्यांची पुस्तकं वाचली नसतील तर नक्कीच वाचायला हवीत. १९६८मध्ये मी अर्ल नाइटिंगेलना भेटायला गेलो होतो तेव्हा ते ट्रॉवर्ड यांचं 'एडिन्बर्ग लेक्चर्स ऑन मेंटल सायन्स' वाचत होते. ''मी वाचू का हे?'' मी अर्लना विचारलं. माझ्याकडे पाहून ते फक्त 'हो' म्हणाले. मी वाचत असलेलं मला समजायला बहुधा १९७० साल उजाडलं. मी एकेक पान वाचायचो. पण काय वाचलं ते मला कळायचं नाही. पण त्यातली माहिती अद्भुत आहे हे मात्र खरं.

सतत अभ्यास करून मी माझा दृष्टिकोन चांगला ठेवतो. सुधारणेचा एकमेव मार्ग आहे अभ्यास. त्याला दुसरा कोणताही पर्याय नाही. तुम्ही स्वतः कोण आहात आणि इतर विश्वाशी तुमचं नातं काय आहे याची जास्त चांगली समज तुम्हाला हवी असेल तर हे करायलाच लागेल.

तसंच आमच्या कंपनीमध्ये आम्ही जे करतो ते सुधारण्याचा मी सतत प्रयत्न करत असतो. मला नेहमी आमची विक्री वाढवायची असते. मी आमच्या विक्री विभागाबरोबर विक्रीच्या कल्पनांबद्दल बोलत असतो, नेहमी नवनवे कार्यक्रम बनवत असतो. सध्या मी 'यू वेअर बॉर्न रिच'चा मास्टरक्लास करण्यावर काम करतो आहे. ते मी १९८४मध्ये लिहिलं. मी १९६१मध्ये अभ्यास करायला सुरुवात केली. म्हणजे ते लिहिण्यापूर्वी तेवीस वर्षं मी अभ्यास करत होतो. त्यातले विषय फारच मस्त आहेत: 'मी आणि पैसा'; 'जाऊ द्या, देवावर सोडा'; 'कंपनांचा नियम'. मी ते पुस्तक लिहिलं त्याला छत्तीसपेक्षा जास्त वर्षं झाली. पण मी तेच विषय वापरू शकतो कारण आता माझी त्याबद्दलची समज कितीतरी वाढली आहे आणि मी त्यात खूप खोलवर जाऊ शकतो.

इतकेच नाही तर तुम्हाला ध्येय असणेही आवश्यक आहे. तुम्ही तुमच्या स्वतःसाठी आखून घेतलेली कमाल मर्यादा वाढवत राहिलं पाहिजे. तुमचं यश किंवा अपयश तुमच्या दृष्टिकोनावर अवलंबून आहे याची जाणीव तुम्हाला असायला हवी. मग तुम्ही योग्य दिशेनं जात राहाल.

निर्णय, चित्रीकरण आणि शिस्त

इथे मी काही साधेसुधे, पण मूलभूत नियम सांगतो आहे. तुम्ही ते पाळलेत तर तुम्ही जिंकाल. ते मोडलेत तर अपयशी व्हाल. उच्च ध्येय ठेवून ते प्राप्त करण्याची खरोखर इच्छा असेल तर तर कोण्याही व्यक्तीने तीन गोष्टींचे व्रत घ्यायला हवे. पहिली आहे निर्णय. दुसरी आहे चित्रीकरण म्हणजे काय ते समजून घेणे. तिसरी आहे शिस्त. त्या तिन्हींचे पालन करून मी माझा दृष्टिकोन योग्य ठेवतो आणि मला आणि माझ्या कंपनीला योग्य दिशेने पुढे नेत राहतो.

मी अनेक वेळा नेव्हिलचा उल्लेख केला आहे. व्यक्तिमत्त्व विकास क्षेत्रातल्या इतर अनेक लोकांप्रमाणे ते आणि त्यांचे काम माझ्यासाठीही

प्रेरणादायक आहे. माझा दृष्टिकोन नकारात्मकतेतून सकारात्मक करण्यात मला त्यांनी सांगितलेल्या एका प्रश्नाचा उपयोग झाला. रोज रात्री झोपण्याआधी मी स्वतःला तो प्रश्न विचारतो : 'आता माझं स्वप्न पूर्ण झाल्यावर मला कसं वाटतंय?'

मी नेहमीच वेगवेगळ्या समस्यांवर, स्वप्नांवर काम करत असतो. हे वाटणं फार महत्त्वाचं असतं. तुम्ही त्याबद्दल काय विचार करता ते नाही, तर तुम्हाला काय वाटतं ते महत्त्वाचं आहे. आपण ज्याचा विचार करतो ते नाही, तर आपल्याला जे वाटतं ते आपण होतो. कारण विचार जागृत मनात असतात, तर वाटणं सुप्त मनात असतं. ती आपल्या व्यक्तिमत्त्वाची वैश्विक बाजू असते. त्यात चित्रीकरणाचा मोठा भाग असतो. तुम्ही स्वप्न पूर्ण झाल्याचं चित्रण करणं आवश्यक असतं.

तुम्ही काम शेवटापासून करायला हवं. शेवटाकडे जाण्याच्या दिशेने नाही. हे तुम्ही नीट कराल तेव्हा तुम्ही योग्य मार्गावर असाल. तुमची ध्येयं साकार होणं हा मग फक्त काही वेळाचाच मामला असेल. कारण तुमच्या बुद्धी आणि भावनांच्या दृष्टीने तुम्ही आधीच ते साध्य केलं आहे. अर्थात, एखाद्या कल्पनेला फलद्रूप व्हायला किती वेळ लागेल हे कुणालाच माहीत नसतं. तिथेच श्रद्धा महत्त्वाची असते.

जोरदार कामिगिरीच्या दृष्टिकोनाच्या आणखीन काही पैलूंवर मला प्रकाश टाकायचा आहे. पहिली ही की तुम्हाला काय वाटतं आणि तुम्ही काय करता त्याची जबाबदारी घ्या. आपल्यामधून ऊर्जा वाहत असते आणि तिला आपल्याला हव्या असलेल्या दिशेनं वळवणं हे आपलं काम आहे.

याबद्दल विचार करायचा झाला तर आपण आध्यात्मिक जीव आहोत. आपल्यात आत्मा आहे असं म्हणण्यापेक्षा खरं हे आहे की आपण आत्मा आहोत. चैतन्य आत्म्याकडून दिशादर्शनाची वाट पाहत असतं. म्हणूनच आपल्याला, 'मागा म्हणजे देण्यात येईल' असं सांगितलं जातं. तुम्हाला जिथे पोहोचायचं असेल त्याचं दृश्य तुम्ही रंगवायला हवं. चैतन्य नेहमी आपल्यातून आणि आपल्या द्वारे संक्रमित होत असतं. आपण त्याला दिशा द्यायची असते. आत्मा नेहमी त्याच्याकडे आणि त्याच्यामधून येणाऱ्या चैतन्याला दिशा देत असतो.

आपण कुठे जायचं हे काही देव ठरवत नाही. ते आपल्यावरच अवलंबून असतं. देव कार्य करतो. पण ठरवतो आपण. देव सगळं काम

आपल्याकडून करून घेतो. आपल्या एकेका पेशीमध्ये असणारा देव अतिशय नियमबद्ध आणि शास्त्रशुद्ध पद्धतीने काम करतो. तो आपण रंगवलेलं दृश्य हळूहळू साकार करतो.

दुसरं तत्त्व आहे ते म्हणजे तुम्हाला काय हवंय ते ठरवा आणि जणूकाही ते तुमच्याकडे आहेच असं वागा. तुम्हाला जे हवं आहे ते आधीपासूनच या नाही, तर दुसऱ्या रूपात अस्तित्वात आहे. बहुतांश लोकांना हे समजत नाही. काहीही निर्माण होत नाही किंवा नष्ट होत नाही हे त्यांना कळत नाही. सगळं काही अस्तित्वात आहेच. म्हणूनच वेर्नहर व्हॉन ब्राउन यांनी अध्यक्ष केनेडींना मानवाला चंद्रावर पाउल ठेवण्यासाठी फक्त ते करण्याच्या संकल्पाची आवश्यकता आहे, असं सांगितलं होतं. आपली ध्येयं साध्य करण्यासाठीची साधनं आणि मार्ग अस्तित्वात असतातच. फक्त आपल्याला ते शोधून काढावे लागतात. एकदा का तुम्ही कोणताही निर्णय घेतला की प्रश्न इतकाच असतो की तुम्हाला ते हवं आहे का?

तुमची वारंवारता

आपण एका वारंवारतेवर काम करत असतो. तुमच्या डोळ्यांसमोर ओळीने आखलेल्या रेषांची कल्पना करा. एखाद्या कागदी तावावर आखलेल्या असतात तशा. प्रत्येक रेष एका तरंगाची किंवा वारंवारतेची पातळी असते. त्या रेषांना तुम्ही फळ मानलं तर कागदाच्या तळाशी असलेली रेष म्हणजे तुम्ही सध्या जिथे आहात ती पातळी. आता त्या कागदावर सर्वांत वरच्या रेषेवर उजव्या कोपऱ्यात एक चांदणी काढा. हे तुमचे इच्छित ध्येय आहे. ते वरच्या रेषेवर, वरच्या वारंवारतेला आहे. ते तुम्हाला हवे असेल तर तुम्ही स्वतःला जाणीवपूर्वक तिथपर्यंत, त्या वारंवारतेवर न्यायला हवे. नाही तर तुम्ही कधीच तुमचे ध्येय प्राप्त करू शकणार नाही. तुम्ही तुम्हाला जे व्हायचे आहे ती व्यक्ती होणे अवश्यक आहे. तुम्ही त्या वारंवारतेवर जाऊन तिथे राहणे आवश्यक आहे.

तुम्हाला जे हवे ते साध्य करण्याचा हा एकमेव मार्ग आहे. बहुतेक लोक फक्त त्यांच्या स्वप्नांबद्दल विचार करतात. पण तिथवर पोहोचत नाहीत. तुम्हाला जे बनायचं आहे तसं तुम्ही वागायला हवं. तुम्ही ते असायला हवं. म्हणूनच जर्मन तत्त्वज्ञ गटे म्हणत, ''तुम्ही काही करू शकण्यापूर्वी तुम्ही काही असणे आवश्यक आहे.''

तुमच्या जोमदार जीवनकथेची शक्ती

माझ्या कार्यशाळांमध्ये मी एक तंत्र नेहमी सांगतो : तुमच्या आयुष्याची कथा वर्तमानकाळात लिहून काढा आणि तुमच्याच आवाजात तिचे ध्वनिमुद्रण करा. तुम्हाला कसे जगायचे आहे, तुम्हाला काय काय हवे आहे वगैरे सर्व शक्य तितक्या तपशिलात लिहून काढा. ते नेहमी वर्तमानात लिहा आणि त्याबद्दल कृतज्ञता बाळगा : 'हे असं आहे म्हणून मी किती आनंदी आणि कृतज्ञ आहे...' तुम्ही तुमचं मन तिथे नेऊन तिथेच राहणं गरजेचं आहे. तसं करणं सोपं नसतं. तुम्ही काय विचार करता, काय करता, कसे राहता, ते लिहून काढा. ही झाली तुमची जीवनकथा.

तुमचे सहकारी, तुमचे शेजारी, तुमचे नातेवाईक म्हणतील, "तुम्ही कोण आहात असे तुम्हाला वाटते?" आपल्याला ते आवडत नाही, म्हणून आपण तिथे पोहोचू शकत नाही. त्यांना काय वाटते त्याच्या पलीकडे आपण जायला हवं. तुम्ही तिथेच असल्याची कल्पना करू शकत नसाल, तसे चालू, बोलू, वागू शकत नसाल तर तुम्ही तिथे पोहोचू शकणार नाही.

म्हणूनच कल्पना हे फार उत्कृष्ट साधन आहे. कल्पना हे काही मुलांचे खेळणे नाही. सर्वच शहाणे लोक तिचा उपयोग करून, सुरुवातीला मनाच्या पातळीवर काही चांगले निर्माण करतात. आपण आपल्या स्वतःला, आपल्याला जिथे जायचे असेल तिथे घेऊन जातो, आपण तिथे असल्याची कल्पना करतो. तिथेच असल्यासारखे चालतो. तिथेच असल्यासारखे बोलतो. तिथेच असल्यासारखे वागतो. कारण मनाने आपण तिथेच असतो.

प्रार्थना म्हणजे दुसरं काही नाही. प्रार्थना हे आपल्यामधून आणि आपल्या द्वारे चैतन्य आणि साकार रूप यांच्यामध्ये होणारे संक्रमण आहे. सर्व प्रार्थना पूर्ण होतात. खूप लोकांना वाटतं की प्रार्थना करणं म्हणजे डोकं टेकून पुटपुटणं. ती काही प्रार्थना नव्हे. ते तर फक्त डोकं टेकून आवाज करणं आहे. मला एका धर्मगुरूंनी सांगितलं, "प्रार्थना म्हणजे जे बहुतांश लोक प्रार्थनेच्या मध्ये करतात ते." विचार केला तर ते किती खरं आहे ते तुमच्या लक्षात येईल. प्रार्थना म्हणजे तुम्हाला जे मनापासून हवे आहे त्यात चैतन्याने प्रवेशणे. मग तुम्ही ते तुमच्या नसानसांतून वाहू देता. तेव्हा ते साकार रूप घेऊ लागते. आता तुमचे स्वप्न प्रत्यक्षात उतरणे ही काही काळाचीच बाब असते. त्यानंतर मग जे तुम्ही आधीपासूनच पाहता आहात ते इतरांनाही दिसेल.

अर्ल नाइटिंगेल म्हणतात, ''हे महान स्वप्न सर्व जगाला दिसणारी गतिमान गोष्ट असेल. ज्या व्यक्तीचे ते स्वप्न आहे तिच्याशिवाय सर्व मानवजातीच्या प्रगतीसाठी ते कारणीभूत असते.'' त्यांचे हे वचन मला फार आवडते.

जोमदार जीवनकथा लिहून ध्वनिमुद्रित करण्याचे आणखीन एक कारण म्हणजे आपल्यापैकी खूप जणांच्या मनात गोंधळ आणि आपली आपल्यालाच मनात वाटणारी भीती असते. त्यामुळे आपण पुन्हा आपल्या जुन्या विचार-चौकटीकडे ओढले जातो. मनात आपल्या भयाची उजळणी होत राहते आणि तोच आपला आवाज बनतो. जर तुम्ही तुमची जोमदार जीवनकथा वर्तमानकाळाचा वापर करून लिहून काढली तर आणि आपल्याच आवाजात हे सत्य पुन्हा पुन्हा ऐकले तर त्यामुळे तुमचा आतला आवाजही वेगळ्या प्रकारे बोलू लागेल; अर्थात, जे तुम्हाला हवे आहे ते बोलू लागेल. त्यात फार शक्ती आहे कारण आपला आपल्या आवाजावर विश्वास असतो. तो तुमच्या सुप्त मनात जातोच.

सर्व महान नट हेच करत असतात. तुम्हाला ही संकल्पना खरंच समजून घ्यायची असेल तर स्टेला ॲडलर यांचे 'द आर्ट ऑफ ॲक्टिंग' हे पुस्तक नक्की वाचा. स्टेला ॲडलर मेथड ॲक्टिंग पद्धतीच्या महान शिक्षिका होत्या. मार्लन ब्रॅन्डो त्यांचे शिष्य होते आणि पहिले सुपरस्टार मेथड ॲक्टर होते. त्या पुस्तकाची प्रस्तावना त्यांनी लिहिली आहे. खरं तर स्टेला ॲडलरनी कधीच कोणतंही पुस्तक लिहिलं नाही. त्या निवर्तल्यानंतर हॉवर्ड किसेल नामक गृहस्थाने त्यांचे धडे संकलित करून 'द आर्ट ऑफ ॲक्टिंग' पुस्तक बनवले. अतिशय उत्कृष्ट पुस्तक आहे ते.

विल्यम जेम्सनी म्हटल्याप्रमाणे : ''तुम्हाला जे व्हायचं आहे ती व्यक्ती बना.'' यूल ब्रायनर यांनी 'द किंग अँड आय'मध्ये तीन हजार वेळा सयामच्या राजाची भूमिका केली. प्रत्येक वेळा ते पहिल्यांदा करावी तशी ती वठवत असत. भूमिकेत कसं शिरायचं ते त्यांना अवगत होतं.

जॉर्ज सी. स्कॉट जेव्हा 'पॅटन' चित्रपटाचे चित्रीकरण करत होते तेव्हा ते इतके जनरल पॅटनसारखे झाले होते की सेटवर असलेले पॅटन यांचे काही मित्र घाबरलेच. जॉर्ज सी. स्कॉट एक महान नट होते. सर्व चांगले नट त्यांच्या भूमिकेत शिरतात. आपणही तेच करायला हवे. कथा लिहून आपण ती भूमिकाही निभावायला लागते. मग ती प्रत्यक्षात येते.

जबाबदार भागीदार

जोमदार कामगिरीसाठीच्या चौकटीमधली आणखीन एक महत्त्वाची संकल्पना म्हणजे एक जबाबदार भागीदार निवडणे. 'मी हे करणार आहे', असं आपण म्हणतो तेव्हा आपल्याला खरंच तसं करायचं असतं. पण आयुष्यात अनेक गोष्टी आडव्या येतात आणि आपल्याला ते करणं जमत नाही. जेव्हा लोक ते एखादी गोष्ट करायला बांधील आहेत असं म्हणतात तेव्हाही ते तसं करतीलच याची शाश्वती नसते.

जेव्हा तुम्ही एखादी बांधिलकी स्वीकारता तेव्हा ती अढळ असावी आणि त्यासाठी एक जबाबदार भागीदार असावा ज्याला तुम्ही उत्तरदायी असाल. जिच्याबद्दल तुम्हाला आदर असेल आणि तिनेही तुमचा आदर करावा असे तुम्हाला वाटत असेल अशी व्यक्ती जबाबदार भागीदार म्हणून निवडा. तुम्ही जेव्हा 'मी हे करेन' असे म्हणता तेव्हा ते तुम्हाला तसे करण्यासाठी जबाबदार मानतील. तुम्हाला त्यांच्या दृष्टीत तुमचं स्थान खाली येणं आवडणार नाही. तुम्ही ते पार पाडण्याची शक्यता मग खूपच वाढते.

सँडी गॅलॅघर आणि मी जबाबदारी पूर्ण पार पडण्यासाठी ज्या क्लृप्त्या वापरतो त्याबद्दल मी आधीच सांगितलं आहे. रोज सकाळी तीन वेळा मी माझी वाक्यं लिहून काढतो. मग त्यांचं ध्वनिमुद्रण करून त्याचा संदेश पाठवतो. 'मी ते करणार नाही', असं तिला वाटावं हे मला नको आहे. कारण तिनं माझा आदर करावा असं मला वाटतं. तिलाही मी तिचा आदर करावा असं वाटतं हे मला माहीत आहे. ज्या ज्या प्रकल्पांवर आम्ही काम करतो त्यांसाठी आम्ही ही पद्धत वापरतो. आमची भागीदारी भन्नाट आहे.

जे मला चांगलं जमत नाही त्यात सँडी निपुण आहे. जे तिला चांगलं येत नाही त्यात मी तज्ज्ञ आहे. अलीकडेच आम्ही आमच्या कंपनीतील एका व्यक्तीबद्दल बोलत होतो. मी म्हणालो, "त्याला काय नीट येत नाही त्याची त्याला कल्पना नाही, हीच खरी समस्या आहे."

तुम्हाला काय चांगलं जमत नाही त्याची तुम्हाला जाणीव असायला हवी. एखादी गोष्ट चांगली न येण्यात काही वावगं नाही. मी सांगितलं तसं तुम्ही प्रत्येक गोष्टीत प्रवीण असण्याची काही गरज नाही. काही गोष्टी अशा आहेत की त्या मला कधीच चांगल्या जमणार नाहीत हे मला माहीत आहे. मला त्या करण्याचा प्रयत्नही करायचा नाही. मी त्या गोष्टी दुसऱ्या कुणावर

सोपवेन. मी जे करतो ते रोज अधिकाधिक चांगलं करायचा मी प्रयत्न करतो. जे तुम्हाला जमतं ते जास्त चांगलं करा, जे जमत नाही ते करून घ्या आणि कुणालातरी उत्तरदायी रहा. जेव्हा तुम्ही काही करायचं ठरवता तेव्हा ते करालच याची दक्षता घ्या.

तुमचं स्वप्न अनुभवा

पुढची पायरी आहे तुमचं स्वप्न प्रत्यक्ष होत असल्यासारखं अनुभवणं. तुमच्या विचारांना नियमितपणे आकार दिल्याने आणि तुमच्या ध्येयाची कथा लिहिल्याने जे आधी कधी अस्वाभाविक वाटत होतं ते सहजसाध्य वाटू लागेल.

हे गाडी चालवण्यासारखंच आहे. मी सुरुवात केली तेव्हा मला मी कधी गाडी चालवायला शिकू शकेन असं वाटलंच नव्हतं. माझ्या आईनं मला गाडी चालवणं शिकवलं. ती माझ्यावर ओरडायची आणि मी तिच्यावर. ''आवाज चढवू नकोस, मी आई आहे तुझी.'' ती म्हणायची. त्या वेळी मी गिअर कसा बदलायचा, क्लच कसा सोडायचा आणि ब्रेक कसा दाबायचा त्याचा अंदाज घ्यायचा प्रयत्न करत असायचो. ते खूपच त्रासाचं आणि भीतिदायक होतं. पण नंतर तुम्ही चालवण्याबद्दल विचारही करत नाही. तुम्ही ते सुप्त मनाच्या पातळीवर करू लागता. आपल्याला अवघड वाटणारी गोष्टही पुन्हा पुन्हा करून आपण ती सहजपणे करू लागतो.

समजा, तुमच्या सुप्त मनात 'क्ष' आणि जागृत मनात 'य' ही कल्पना आहे. 'क्ष' हे तुमचं प्रोग्रॅमिंग आहे. ती तुमची विचार-चौकट आहे. 'य' ही नवी कल्पना आहे. उदा., नोकरी सोडून स्वतःचा व्यवसाय चालू करणे. तुम्ही 'य' कल्पनेमध्ये भावनिकदृष्ट्या गुंतण्याचा प्रयत्न करता. पण 'क्ष' लगेच तिला खोडून काढेल. तुमची नोकरी सोडून स्वतःचा व्यवसाय सुरू करण्याच्या कल्पनेबद्दल ते तुम्हाला अस्वस्थ करेल. नोकरी सोडून, घर गहाण ठेवून, सगळी बचत वापरण्याची तुम्हाला भीती वाटेल. पण जर तुम्ही 'य' कल्पना परत परत मनात घोळवत राहिलात आणि मनाने तिच्यात गुंतू लागलात तर लवकरच 'य' ही नवी कल्पना जुन्या 'क्ष'ची जागा घेईल. तुम्ही तिच्याबद्दल निवांत असाल.

ते करणं आवश्यक आहे. आपण आपल्या ज्या कल्पना आपल्याला त्रासदायक वाटतात त्यांच्यामध्ये भावनिक गुंतवणूक केली की त्या लवकरच

आपल्याला सवयीच्या होतात. तेव्हा आपण त्यांचं चौकटीत रूपांतर केलं असं म्हणता येईल.

आरामात, निवांत असणं ही चांगली स्थिती नाही. तुम्ही तुमच्या आयुष्यातील प्रत्येक गोष्टीबद्दल आरामात असाल तर त्याचा अर्थ आहे की तुम्ही अडकून पडला आहात, भरकटत आहात. तुमची वाढ होत नाहीये. तुम्ही असं काही करत असलं पाहिजे जे करताना तुम्हाला चांगल्यापैकी त्रास होईल. पण तुम्हाला ते अंगवळणी पडेपर्यंत तुम्ही ते करत राहायला हवं. ते अंगवळणी पडलं की परत तुम्हाला ताण देणारं देणारं ध्येय समोर ठेवा. तो ताण हेच तुम्ही विकास पावत असल्याचं लक्षण आहे. जिथे तुम्ही पूर्वी कधी गेला नाहीत त्या दिशेने तुमची वाटचाल चालू आहे.

नवनवे आदर्श ठेवा

आपले आदर्श बदलणे आवश्यक असते. आपल्या आत्मसन्मानासाठीसुद्धा ते जरुरी आहे. मी नेहमी ज्यांच्याबद्दल मला खूप आदर वाटतो त्या लोकांचे अनुकरण करतो. हे पुस्तक अर्ल नाइटिंगेलला जितकं चांगलं कळलं होतं तितकं चांगलं मलाही कळायला हवं. थॉमस ट्रॉवर्डला, नेव्हिलला कळलं होतं तितकं चांगलं, हे मला मला कळायला हवं. या क्षेत्रातले महारथी निवडून मी त्यांचे अनुकरण करण्याचा प्रयत्न करतो.

मी त्या लोकांची नक्कल करत नाही. इमर्सननी 'सेल्फ-रिलायन्स' या निबंधात एक फार छान गोष्ट सांगितली आहे : ''प्रत्येक व्यक्तीच्या शिक्षणात एक क्षण असा येतो की की मत्सर म्हणजे अज्ञान, नक्कल म्हणजे आत्महत्या याची त्याला खात्री पटते, म्हणून तो स्वतः जे आहे, जसा आहे तसे त्याने स्वीकारायला हवे.''

एखाद्या व्यक्तीबद्दल मत्सर वाटणे म्हणजे तिच्याकडे पाहून, 'तिच्याकडे असलेली शक्ती माझ्याकडेही आहे याची मला कल्पना नाही. ती शक्ती वापरून तिला हे फळ मिळाले आहे. माझ्याकडेही ती (शक्ती) आहे हे मला माहीत नाही. म्हणून मला तिचा मत्सर वाटतो. तिला जे प्राप्त झालंय ते माझ्याकडेही असायला हवं होतं असं मला वाटतं. ती जे करतेय ते मीही करत असतो तर किती छान असं मला वाटतं.' म्हणूनच तर मत्सर म्हणजे निव्वळ अज्ञान आणि 'नक्कल म्हणजे दुसरं तिसरं काही नाही तर आत्महत्या.' तुम्ही दुसऱ्या कुणासारखे असाल अशी काही शक्यताच नसते.

जेम्स टी. मूर यांची एक सुंदर कविता मी 'बॉर्न रिच' या पुस्तकात घेतली होती.

एकमेवाद्वितीय आहेस तू
जसं गवताचं एकेक पातं,
आणि बर्फाचा प्रत्येक कण -
जरासाच वेगळा असतो...
एकासारखा दुसरा कधीच नसतो, हो ना?
असो लहानसा वाळूचा कण,
किंवा एखादा प्रचंड तारा
ते निर्माण झालेत ईप्सित हेच ठेवून:
ते असावेत जे ते आहेत तेच!
किती वेडेपणाचे आहे नक्कल करणे -
आणि निरर्थक सोंग आणणे!
आपण सगळे सर्जन आहोत अशा मनाचे
ज्याच्या कल्पना अनंत आहेत.
माझ्यासारखा मीच केवळ
मी जे करू शकतो ते दाखवण्यासाठी -
तूही केवळ तुझ्याचसारखा,
असावा त्याचा तुलाही अभिमान.
तिथेच तर होते सुरुवात,
तुमच्यापाशी, अद्भुत अश्या अमर्याद अस्तित्वापाशी.

स्वयंशिस्त

पुढची पायरी आहे ती स्वतःला शिस्त लावण्याची. त्याचा अर्थ असा नाही की, तुम्हाला शिस्त नाही. त्याचा अर्थ इतकाच की शिस्त लावून घेण्यासाठी पुरेसा वेळच तुम्ही कधी दिला नाहीत. स्वतःला तुम्ही जे म्हणणार आहात त्यासाठी आज्ञा द्या.

माझ्या मते, प्रत्येक व्यक्तीला शिस्त असतेच. काही जण चुकीच्या बाबतीत शिस्तीचे असतात. तरीही ते तसेच असतात. व्यसनी लोकांना शिस्त असते. त्यांनी त्यांच्या इच्छेचे रूपांतर व्यसनात केलेले असते. माझ्या मते, शिस्त म्हणजे स्वतःला आज्ञा देणे आणि तिचे पालन करणे : 'मी हे करेनच.' मला तेवढं जमलं तरी खूप काही साध्य होईल.

शिस्त म्हणजे तुम्ही स्वतःला दिलेली आज्ञा जिच्यामुळे तुम्ही जे काही करता ते सगळं सुधारतं. मी अलीकडे एका बाईंना एक संदेश पाठवला. मी त्यांच्यासाठी केलेले ध्वनिमुद्रण ऐकायला त्यांनी सुरुवात केली होती. काही काळ ऐकून मग त्यांनी ऐकणं थांबवलं होतं. मला ते कळलं. म्हणून मी त्यांना 'अभिनंदन! तुम्ही पुन्हा ते ध्वनिमुद्रण ऐकायला सुरुवात केल्याचं मला कळलं. पुढच्या तीस किंवा साठ दिवसांत रोज हे ऐकून तुम्हाला जी शिस्त लागेल तिचा तुमच्या आयुष्याच्या इतर सर्व गोष्टींवर परिणाम होईल.' असं कळवलं.

स्वयंसूचनेचा वापर

दुसरी एक फार महत्त्वाची सूचना म्हणजे तुमच्या रोजच्या आयुष्यात स्वयंसूचनेचा वापर करा. स्वयंसूचना म्हणजे तुम्ही स्वतःच स्वतःला दिलेली सूचना. ती तुमच्या जागृत मनात निर्माण झालेली कल्पना असते. तिला तुम्ही तुमच्या सुप्त मनाकडे पाठवता. आपण सतत स्वतःला सूचना देतच असतो. आपण विचार करत असेली प्रत्येक गोष्ट जिच्यात आपल्या भावना गुंतलेल्या असतात ती एक सूचनाच असते.

ते स्वयंसंमोहनासारखंच आहे. जेव्हा दुसरं कुणी तुम्हाला संमोहित करण्यासाठी सूचना देत असतं तेव्हा त्याचा उगम बाह्य असतो. तुम्ही तीच कल्पना स्वतःला सतत, पुन्हा पुन्हा सांगत रहायला हवं.

अर्ल नाइटिंगेलनी एकदा 'दॅट'स गुड' नावाचे एक ध्वनिमुद्रण केले होते. त्यांचे मित्र डब्ल्यू. क्लेमेंट स्टोन यांचं त्यात वर्णन केलं होतं. सुरुवातीला डब्ल्यू. क्लेमेंट स्टोन यांचाकडे काहीही नव्हतं. पण त्यांच्या आयुष्याच्या शेवटी ते जगातील सर्वांत श्रीमंत व्यक्तींपैकी एक होते. स्टोन यांना 'दॅट'स गुड' म्हणायची सवय होती. काहीही का होईना, ते म्हणायचे ''दॅट'स गुड.'' तुम्ही प्रत्येक गोष्टीत काही चांगलं शोधलंत तर तुम्हाला

प्रत्येक गोष्टीत काहीतरी चांगलं मिळेलच, कारण प्रत्येक गोष्टीत काहीतरी चांगलं असतंच.

माझा प्रिय मित्र मायकेल बेकविथ याने मला खूप आवडणारी एक कल्पना सांगितली होती. तो म्हणाला, ''जेव्हा काहीही घडतं तेव्हा त्याकडे पाहण्याचा तीन पायऱ्यांचा दृष्टिकोन असतो :

१. त्याकडे पहा आणि म्हणा, 'जे आहे ते आहे', त्याचा स्वीकार करा. एक तर ते तुमच्यावर नियंत्रण करेल किंवा तुम्ही त्यावर नियंत्रण कराल. (तिथे परत प्रतिक्रिया-प्रतिसाद हा भेद आहे).
२. जे चांगले आहे त्याचा लाभ घ्या. प्रत्येक गोष्टीत काही चांगले असतेच. जितका त्याचा शोध घ्याल तितके ते तुमच्या हाती लागेल.
३. इतर सर्वांना क्षमा करा. माफ करा, विसरून जा, मागे सोडा.''

दिरंगाई करू नका

पुढचे तत्त्व आहे दिरंगाई विसरा आणि तुमच्या ध्येयाच्या दिशेने वेगाने वाटचाल करा. असे करण्याचा एकच मार्ग आहे असे माझे मत आहे. प्रत्येक गोष्टीच्या विरुद्ध गोष्ट असते. दिरंगाईच्या विरुद्ध आहे निर्णय. जेव्हा लोक येऊन मला सांगतात की त्यांना चालढकल करण्याची समस्या आहे तेव्हा मी त्यांना दुसरी एक व्यक्ती निवडायला सांगतो. मग दोघांनी मिळून एक निश्चय करायचा की पुढचे साठ दिवस दररोज 'थिंक अँड ग्रो रिच'मधील निर्णयावरील प्रकरण वाचायचे. ते त्या पुस्तकातले सर्वांत मोठे प्रकरण आहे. अद्भुत आहे ते!

हे प्रकरण वाचत असताना दोघांनी एका शहरात किंवा एका जागी असण्याचीही गरज नसते. तुम्ही एकमेकांना फोन करू शकता. दोघांपैकी एकानं वाचणं सुरू करायचं. काही ओळी वाचायच्या आणि 'पास' म्हणायचं. दुसऱ्यानं तिथून सुरुवात करून पुढे जायचं, काही ओळी वाचून 'पास' म्हणायचं. जेव्हा एक जण मोठ्याने वाचत असतो तेव्हा दोघंही वाचत असले पाहिजेत. नाही तर पुढे वाचणं चालू ठेवणं जमणार नाही. साठ दिवस असं केलं तर तुम्ही दिरंगाई पूर्णपणे विसरून जाल. दिरंगाई म्हणजे दुसरं तिसरं काही नाही तर निर्णय न घेणं आहे.

प्रकरण सातवे

स्वातंत्र्यातील कृतज्ञतेचे धडे

कृतज्ञता ही फार मोठी गोष्ट आहे. या पुस्तकाचे हे सातवे प्रकरण असावे हे खरं तर गंमतशीर आहे. कारण 'द सायन्स ऑफ गेटिंग रिच'च्या सातव्या प्रकरणाच्या पहिल्याच पानावर वॉलेस वॉटल्स सांगतात की, 'मानसिक जडणघडण बदलणे आणि प्रायश्चित्त यांची संपूर्ण प्रक्रिया फक्त एकाच शब्दात व्यक्त करता येते, तो म्हणजे कृतज्ञता.'

लेखन स्वाध्याय

कधीही तुम्हाला मनात अस्वस्थ वाटेत असेल, तुम्हाला कशाचातरी त्रास होत असेल तेव्हा एखाद्या शांत जागी बसा. पेन आणि वही घ्या आणि स्वतःला विचारा, 'कृतज्ञता वाटावी असं माझ्याकडे काय काय आहे?' काहीतरी खरडून काढण्याची बौद्धिक कसरत म्हणून याच्याकडे पाहू नका. तुम्ही कशाबद्दल कृतज्ञ आहात ते सगळं नीट लिहून काढा.

सँडी गॅलॅघर आणि मी फिनिक्समध्ये एक कार्यशाळा घेत होतो. मी तिथून निघणार होतो कारण मी घेत असलेला भाग संपला होता. सँडी म्हणाली की, तिच्या समोर काही वैयक्तिक आव्हानं आहेत. मी तिच्या बरोबर बसून काही वेळ त्याबद्दल बोलू शकेन का, असं तिने विचारलं.

''नक्कीच. चल, रस्त्याच्या त्या बाजूला जाऊ या.'' तिथे एक जुनं कॉफी शॉप होतं.

कॉफी शॉपमध्ये मी होल्डरमधला एक नॅपकिन काढला. तिला म्हटलं, ''पहिली गोष्ट ही कर की ज्याबद्दल तुला कृतज्ञता वाटते अशा दहा गोष्टी लिहून काढ. मग तुला ज्यांच्यामुळे त्रास होतोय अश्या तीन लोकांचा विचार कर. त्यांना प्रेम पाठव. तिसरं, पाच मिनिटं स्वतःला पूर्ण शिथिल करून ध्यान कर, उरलेल्या दिवसासाठी चांगल्या ऊर्जेची मागणी कर.''

मग मी जीनाला फोन केला. ती तीसहून जास्त वर्षे माझ्या बरोबर काम करतेय. विश्वास बसणार नाही इतकी उत्तम सहायक आहे ती. मी तिला सांगितलं, ''एक पॅड बनवून ते किंकोमध्ये छापून घेशील का?'' ती तासाभरात परत आली. पॅडवर वरच्या बाजूला 'कृतज्ञता' आणि खाली 'सँडी गॅलॅघर' छापलेलं होतं. पानावर ज्याबद्दल तिला कृतज्ञता वाटते त्या गोष्टी लिहिण्यासाठी एकपासून दहापर्यंतचे आकडे एकाखाली एक लिहिलेले होते. त्यावर पुढे लिहिलेलं होतं, ''तुम्हाला त्रास देणाऱ्या तीन लोकांना प्रेम पाठवा.'' त्यापुढे लिहिलेलं : ''पाच मिनिटं स्वतःला शिथिल करा, आजच्या दिवसासाठी मार्गदर्शन मागा.''

जीनानं तिच्यासाठी तीन पॅड्स बनवून घेतली होती. दुसऱ्याच दिवशी सँडी तिच्या आई आणि बहिणीबरोबर हवाईला चालली होती. त्यामुळे तिने त्या दोघींसाठीही एकेक पॅड घेतले. पहिल्या सकाळी तिच्या आई आणि बहिणीला ती वेडगळपणा करतेय असंच वाटलं. तिला खूश करण्यासाठी त्यांनी तो वसा घेतला आणि मग मात्र त्या कल्पनेच्या त्या प्रेमातच पडल्या. रोज सकाळी हा स्वाध्याय करणं त्यांनी सुरू केलं. बहुधा अजूनही त्या ते करत असतील.

कृतज्ञतेची भावना म्हणजे द्रौपदीचे अक्षयपात्रच. ज्या लोकांनी तुम्हाला त्रास दिला असेल आणि ते गाडीच्या अपघातात सापडले तरी तुम्हाला काही वाटणार नाही अशा लोकांबद्दल प्रेमाने विचार करा. 'शेवटी कुणी मला दुःखी केलं असेल आणि मी त्यांचे वाईट चिंतत असेन तर परिणती म्हणून वाईट कंपनांत कोण राहणार आहे? ती माझ्याकडूनच माझ्याकडेच येतील. ऊर्जा तुमच्याकडे येत असते ती तुमच्यामधूनच. जे लोक तुम्हाला त्रास देतात त्यांचा तुम्ही प्रेमाने विचार करा. त्यामुळे तुम्ही प्रेमाच्या कंपनांमध्ये राहाल. तुमच्यासाठी ते प्रचंड फायद्याचं असतं. सर्वांवर प्रेम करा.'

मग स्वतःला पूर्णपणे सैल सोडा. आजच्या दिवसासाठी मार्गदर्शन मागा. मी रोज सकाळी हे करतो.

सँडी त्या अनुभवाबद्दल व्यावसायिक आणि वैयक्तिक दृष्टिकोनातून ज्या गोष्टी सांगते त्या अतिशय चित्तवेधक असतात. तिचं आयुष्यच त्यामुळं बदलून गेलं. एकदा काही लोकांशी तिचे बरेच मतभेद होते. प्रकरण न्यायालयात जाणार होतं. हे सगळं प्रकरण सुरळीत सुटेल अशी कल्पना करून तिने त्या सर्वांबद्दल प्रेमपूर्वक विचार केला. एका आठवड्याच्या आत कित्येक महिने जिच्याशी ती झगडत होती अशी ती समस्या सुटली.

ही तुम्हाला सांगण्यात आलेल्या सर्वांत फायदेकारक कल्पनांपैकी एक कल्पना आहे. हा कृतज्ञतेचा स्वाध्याय रोज झोपी जाण्यापूर्वी करायचाच, असा दृढ निश्चय करा. कृतज्ञतेची कंपने अविश्वसनीय असतात. ती तुम्हाला तुमच्या अक्षयपात्राकडे घेऊन जातात.

स्वतःला प्रेमाच्या तरंगलांबीवर घेऊन जा

जेव्हा तुम्ही स्वतः प्रेमाच्या तरंगलांबीवर असता तेव्हा तुम्ही फक्त प्रेमच आकर्षित करता. ज्याच्याशी तुमचे सूर जुळतात तेच तुम्ही आकर्षित करता. एक प्रकारे ते परावर्तनच असतं. तुम्ही इथे विद्युतशास्त्राचा विचार करत आहात. आपले शरीर हे एक विद्युत उपकरण आहे. अतिशय वेगवान कंपने असणाऱ्या रेणूंनी ते बनले आहे.

हा स्वाध्याय नियमित केल्याने तुम्ही अकल्पनीय उंचीच्या तरंगांवर जाता. मग तुम्ही तुमच्या आयुष्यात चांगल्या गोष्टी आकर्षित कायला सुरुवात करता. जे होईल अशी तुम्हाला कधी कल्पनाच नसते अशा गोष्टी होतात. तुमचा दृष्टिकोन बदलणार आहे. तुमच्या मनात कोणाहीबद्दल वाईट भावना राहणार नाहीत. तुम्ही प्रतिक्रिया देणं बंद कराल. जेव्हा तुम्ही मार्गदर्शन मागायला सुरुवात कराल तेव्हा किती लगेच ते मिळतं आणि ते किती चांगलं असतं त्यानं तुम्ही थक्क व्हाल. तुम्हाला नेहमीच मार्गदर्शन मिळत राहील. दिवसभरात कधीही थोडा अवकाश काढून तुम्ही हे करू शकता : तुम्ही जर थोडे अस्वस्थ असाल तर थोडं थांबा, शांत व्हा आणि मार्गदर्शन मागा. ते तुम्हाला निश्चित मिळेल. मागा म्हणजे मिळेल.

त्याशिवाय तुम्ही एक कृतज्ञता रोजनिशी लिहू शकता. कृतज्ञतेची रोजनिशी ही अनमोल गोष्ट आहे. कृतज्ञतेची भावना व्यक्त करण्यासाठी सकाळची वेळ फार चांगली आहे असं माळा वाटतं. ज्यांबद्दल तुम्ही कृतज्ञ आहात अश्या दहा गोष्टीबंद्दल लिहिण्याची, ज्यांच्यामुळे तुम्हाला त्रास

होत असेल त्या लोकांना प्रेम पाठवण्याची आणि आजच्या दिवसासाठी मार्गदर्शन मागण्याची सवय लावून घ्या.

तुम्हाला दिवसाही हे करायचे असेल तर करता येईल. एखादी समस्या आली तर ती रोजनिशीत टिपून ठेवा. ही कृतज्ञता रोजनिशी इतर कशाहीसाठी वापरू नका. ज्यासाठी ती आहे त्यासाठी तिचा वापर करा. जेव्हा तुम्हाला अस्वस्थता वाटत असेल, गोष्टी तुमच्या आवाक्याबाहेर आहेत असे वाटत असेल किंवा त्या दिवशी जे होईल त्याला तुम्ही नक्कीच प्रतिक्रिया द्याल असे तुम्हाला वाटत असेल तेव्हा तुमची कृतज्ञता रोजनिशी बाहेर काढा.

वॉलेस वॉटल्सनी म्हटल्याप्रमाणे, 'कृतज्ञता ही मानसिक जडणघडण बदलण्याची संपूर्ण प्रक्रिया' आहे. जेव्हा तुम्ही काही समस्येचा सामना करत असता तेव्हा तुमच्या मनाला त्याबरोबर जुळवून घेणे आवश्यक असते. कारण शेवटी समस्येचा उगम तुमच्या मनात असतो. एका मार्गदर्शकांनी मला सांगितलं होतं, ''बॉब, तुझ्या समोरची एकमेव समस्या तूच आहेस, आणि तूच तिचं एकमेव उत्तरही आहेस.'' हे जेव्हा तुमच्या लक्षात येईल तेव्हा कधीही थोडीशीही समस्या असेल तेव्हा दररोज बसून कृतज्ञता व्यक्त करण्याचे महत्त्व तुमच्या लक्षात येईल. तो अतिशय अभूतपूर्व दृष्टिकोन आहे. त्यानं तुमचं आयुष्यच बदलून जातं.

सोडून द्या

तुमची चौकट बदलण्यासाठी दुसरी एक महत्त्वाची गोष्ट आहे ती म्हणजे स्वातंत्र्य. बऱ्याच वेळा जेव्हा लोक त्यांच्या आयुष्यातील कोणतीही गोष्ट बदलू पाहत असतात तेव्हा त्यांना जास्त स्वातंत्र्य हवं असतं. आमच्या कार्यशाळांमध्ये माझी भागीदार सँडी गॅलॅघर कधी कधी सांगते, ''जी गोष्ट आता तुमच्यासाठी काही उपयोगाची नसेल, तुमच्या विकासासाठी कारणीभूत होत नसेल किंवा तुम्हाला आनंद देत नसेल तर तिच्यापासून दूर जाण्याइतका स्वतःचा आदर करा.''

आपल्याला स्वातंत्र्य फक्त आपणच देऊ शकतो. बिल गोव्हनी म्हटलं आहे, ''मला स्वतंत्र व्हायचं असेल तर मी जे आहे तेच मी होणं आवश्यक आहे. मी जे असायला हवं असं तुम्हाला वाटतं, मी जे असायला हवं असं माझ्या पत्नीला वाटतं, मी जे असायला हवं असं माझ्या मुलांना वाटतं ते

नाही. मला स्वातंत्र्य हवं असेल तर मी 'मी' असायला हवं. मी कोण आहे ते मला माहीत हवं.''

इथे स्वतःचा अभ्यास करणं आलं : विचार करणं म्हणजे नक्की काय, आपलं मन कसं काम करतं, जागृत मन आणि सुप्त मन, आपली ज्ञानेंद्रिये आणि इतर उच्च क्षमता यांचे काम, हे सगळे जेव्हा आपल्याला कळू लागते तेव्हा आपण जास्त स्वातंत्र्य अनुभवतो असे मला वाटते.

मी आज जे स्वातंत्र्य उपभोगतो आहे ते १९६१मध्ये जेव्हा मी पहिल्यांदा 'थिंक अँड गो रिच' वाचायला घेतलं तेव्हापेक्षा खूप वेगळं आहे. मी तेव्हा सव्वीस वर्षांचा होतो. मी आयुष्यात त्यापूर्वी एकही पुस्तक वाचलं नव्हतं. तेव्हा मी त्या पुस्तकाकडे पाहिलं तेव्हा मनात विचार आला होता की हे किती मोठ्ठं आहे. आता माझ्या घरात आणि स्टुडिओमध्ये सुंदर पुस्तकसंग्रह आहे. मला पुस्तकं फार आवडतात. मी वाचनावर प्रेम करू लागलो आहे. जितकं तुम्ही जास्त वाचता तेवढं तुम्ही जास्त स्वतंत्र होता असं मला वाटतं.

आपले आपल्या देवाबरोबरचे नाते समजण्याने स्वातंत्र्य मिळतं असं मला वाटतं. समज नसली की आपण आपण स्वतःच निर्माण केलेल्या तुरुंगात बंदी होतो. काही लोक त्यांनी स्वतः निर्माण केलेल्या तुरुंगात राहत असतात. 'द सीक्रेट ऑफ फ्रीडम' या नाटकामध्ये आर्चिबाल्ड मॅकलीश यांचे एक पात्र उभे राहून म्हणते, ''माणसाबद्दलची एकच गोष्ट जी माणसासारखी असते ती म्हणजे त्याचं मन. बाकी सगळं एखाद्या डुक्कर किंवा घोड्यातही तुम्हाला आढळेल. आपण जितका अभ्यास करू तितके आपण जास्त स्वतंत्र होऊ. जितके आपण जास्त सजग होऊ तितके जास्त स्वतंत्र होऊ.''

आर्थिक स्वातंत्र्य

प्रत्येकानं आर्थिकदृष्ट्या स्वतंत्र असण्याचं ध्येय ठेवायला हवं असं मला वाटतं. जर तुम्हाला कधीच पैशांची चिंता करावी लागली नाही तर तुमच्याकडे केवढा रिकामा वेळ असेल त्याचं तुम्हाला आश्चर्य वाटेल. जर तुम्हाला तुमच्या घराचे हप्ते कसे भरायचे त्याचा विचार करावा लागत असेल तर तुम्ही स्वतंत्र नाही. तुम्ही स्वतःच बनवलेल्या एका तुरुंगात आहात.

कुणीही अगदी थोड्या काळात आर्थिक स्वातंत्र्य निर्माण करू शकतं. ते करण्यासाठी त्या व्यक्तीला नवी विचार-चौकट निर्माण करावी लागेल. ज्याला आर्थिक स्वातंत्र्य कसं निर्माण करावं हे माहीत आहे अशा व्यक्तीकडे जाऊन ती व्यक्ती सांगेल त्याबरहुकूम करणे एवढेच त्यांना त्यासाठी करावे लागेल. मी फार पूर्वी ही सवय स्वतःला लावून घेतली. ती अगदी कामाची आहे. स्वातंत्र्याचा अनुभव घेण्याचा तो एकमेव मार्ग आहे.

सँडी आणि मी आमच्या कार्यशाळांमध्ये एक विचार नेहमीच उद्धृत करतो : 'भ्रमाचा मुखवटा सोलून काढा, अपेक्षांच्या बेड्या काढून टाका, अंगात भिनलेल्या सवयी सोडून द्या, भूतकाळातील गोष्टी मागे टाका, भीतीवर मात करा. तुम्ही जे आहात तेच असण्यासाठी कधीच फार उशीर झालेला नसतो.'

या कल्पना पहिल्यांदा कळतात तेव्हा लोकांना एक लहानसा आवाज ऐकू येऊ शकतो. तो म्हणतो, ''पण बॉब, इतर लोक माझ्यावर अवलंबून आहेत - माझा पती/माझी पत्नी, मुलं, कर्मचारी. त्यांच्या माझ्याकडून काही अपेक्षा आहेत. या बेड्या मी अशाच कशा काढून टाकू? वीस-वीस वर्षं माझ्या अंगवळणी पडलेल्या सवयी मी अशाच कशा सोडू? माझे बालपण फार अपमान आणि कष्टाचे होते. वर्षानुवर्षे माझ्या शिक्षकांनी मला मी काही बरे करू शकण्याच्या लायकीचा नाही असे सांगितले. हे सगळं मी कसं पुसून टाकू?''

ही प्रक्रिया काही एका रात्रीत होणारी नाही. प्रत्येक व्यक्तीने ज्या दिशेने प्रयत्न करायला हवे असे ते एक दीर्घकालीन ध्येय आहे. वरच्या विचारात जे सांगितले आहे ते मी केले आहे असे मला वाटते. पण ते काही सोपे नव्हते. हेच विचार-चौकट बदलणं आहे. आपल्या मनात किती मिथ्या कल्पना असतात ज्या आपल्याला बांधून ठेवतात.

'द मिस्टिक पाथ टू कॉस्मिक पॉवर' या महान पुस्तकात व्हर्नान हॉवर्ड यांनी म्हटलं आहे, ''तुम्ही तुरुंगात आहात हे तुमच्या लक्षात येईपर्यंत तुम्ही त्यातून मुक्त होऊ शकत नाही.'' बहुतांश लोक त्यांनी स्वतःच निर्माण केलेल्या तुरुंगात बंदी असतात. पण त्यांना याची कल्पनाच नसते. कोणत्याही व्यक्तीने त्या विचाराचे विश्लेषण केले तर त्यांच्या लक्षात येईल की त्यांच्या आयुष्यात काही भाग असा आहे जो खोटा आहे. त्यात जराही तथ्य नाही. त्यापासून आपण स्वतःला दूर केले पाहिजे.

अनेक लोकांना इतरांबद्दल जबाबदार असल्याची भावना असते. पण खरं तर आपण इतर कुणाहीसाठी जबाबदार नसतो. आपली मुले एका विशिष्ट वयाची होईपर्यंत ती आपली जबाबदारी असतात. त्यांनतर आपण त्यांना जबाबदार असतो पण ते आपली जबाबदारी नसतात. एखाद्याला जबाबदार असणे आणि एखादा आपली जबाबदारी असणे यांत जमीन-अस्मानाचा फरक आहे. अनेक पालक त्यांना त्यांची मुले ही त्यांची जबाबदारी वाटत असल्याने कठीण परिस्थितीतून जात असतात. ती मुलं असतात पस्तीस-चाळीस वर्षांची. ती मुलं त्यांच्या पालकांची जबाबदारी अजिबातच नसतात. पूर्वी होती, पण तो काळ बऱ्याच पूर्वी निघून गेलेला आहे.

शेवटी स्वातंत्र्य हा अतिशय वैयक्तिक मामला आहे. आपण आपले विचार दुसऱ्या व्यक्तीवर लादू नयेत. अर्ल नाइटिंगेल त्यांच्या कार्यक्रमात म्हणायचे, ''मी काही तुम्हाला तुम्ही तुमचं आयुष्य कसं जगायचं ते सांगणार नाहीये.'' ते तुम्हाला अतिशय चांगल्या सूचना देतात. त्यांचं पालन केलंत तर तुम्ही एक सुंदर आयुष्य जगाल. प्रौढत्वाला आल्यापासून जवळजवळ पूर्ण आयुष्यभर मी शक्य तितक्या निष्ठेने मी त्यांचं पालन केलं आहे. आज मी जे स्वातंत्र्य अनुभवतो ते शक्य आहे असेसुद्धा मला मी जेव्हा अभ्यास सुरू केला तेव्हा वाटले नव्हते. आणि ते अजूनही जास्त चांगलं होतंय.

आपण जन्मतो स्वतंत्र जीव म्हणून, पण मग तसे राहत नाही. स्वतंत्र्य निर्माण करण्यासाठी आवश्यक ती सर्व साधनं जन्मतःच आपल्याकडे असतात. पण आपण अनेक चुकीच्या कल्पना आणि चौकटीही वारशात घेऊन येतो. कोणे एके काळी कुणीतरी त्यांची सुरुवात केलेली असते. आता आपल्या ज्या कल्पना आहेत त्यांतल्या कोणत्या चुकीच्या आहेत ते ओळखून त्या काढून टाकणे हे आपले काम आहे. तेच आयुष्याचे मर्म आहे. मी अनेक वर्षं ते करण्यात घालवली आहेत, आणि माझं उर्वरित आयुष्य मी तेच करण्यात घालवेन.

प्रकरण आठवे

विचार-चौकट बदलण्याचे फायदे

या प्रकरणात तुमची विचार-चौकट बदलल्याने तुमच्या आयुष्यात तुम्हाला जे फायदे मिळतील त्याबद्दल मी चर्चा करेन.

तुमचे आकलन बदलणे

सर्वांत पहिली गोष्ट आहे ती आकलन. तुम्ही तुमचे आकलन बदलले की तुम्हाला विचार-चौकट बदलता येते. पैसे कमावण्याच्या क्षमतेचे उदाहरण घ्या. 'थिंक अँड ग्रो रिच' पहिल्यांदा वाचलं तेव्हा पूर्ण वर्षात मी जितकी कमाई करत होतो त्यापेक्षा जास्त पैसा आता एका तासात अगदी सहजपणे मी कमावतो. हे करण्याची क्षमता माझ्यात तेव्हाही होती. माझ्यामध्ये ते कौशल्य होतंच. पण मलाच त्याची कल्पना नव्हती. आयुष्याबद्दलच्या माझ्या आकलनाने मला मी होतो तिथेच खिळवून ठेवले होते. हेच माझ्यासाठी सामान्य आहे असे मी मानत होतो. खरं तर ते अजिबातच सामान्य नव्हतं. पण मी ते स्वीकारलं कारण ते बदलणं शक्य आहे हेच मला माहीत नव्हतं.

मी माझी विश्वासप्रणाली बदलली खरी. पण आकलनातला फरक विश्वासाच्या बदलाआधी व्हावा लागतो. तुम्ही तुमचे डोळे बंद करूनही तुमचे आकलन बदलू शकता. आकलन या मानसिक क्षमतेने तुम्ही कोणत्याही गोष्टीकडे कसे पाहता त्यात बदल होतो. त्यामुळे तुमच्याकडे असलेल्या तुम्हाला स्वतःलाही अज्ञात अशा शक्ती आणि संभाव्यतांची तुम्हाला कल्पना येते.

आपल्या सर्जनक्षमतांच्या साहाय्याने आपण आपल्याला हवे तसे विश्व निर्माण करू शकतो. पहिलं काम म्हणजे तुम्हाला ते तुमच्या मनःचक्षूंनी पाहावं लागतं. तुम्ही कोणत्या नजरेने गोष्टींकडे पाहता ते तुम्हाला बदलावं लागतं. जेव्हा तुम्ही तुमच्या स्वतःबद्दलची तुमची समज आणि तुम्ही काय करू शकता त्याबद्दलच्या तुमच्या कल्पना बदलता तेव्हा तुमच्यासाठी जगच बदलून जातं.

वेळेवर प्रभुत्व

जेव्हा तुमची विचार-चौकट बदलेल तेव्हा त्याचा परिणाम म्हणून तुम्ही वेळेचा वापर कशा प्रकारे करता तेही बदलून जाईल. प्रत्येकाला अगदी एकसारखाच वेळ मिळतो. फरक पडतो तो आपण त्या वेळेचं काय करतो त्यामुळे. सेवेच्या दृष्टिकोनातून पाहिलं तर या सगळ्याचा अभ्यास करण्यापूर्वी एका वर्षात मी जे करू शकायचो ते आता मी एका दिवसात साध्य करू शकतो.

समजा, एक विक्रेता एका दिवसात एक जास्तीचा विक्री-प्रयत्न (कॉल) करतो. दिवसाचे काम संपले की तो म्हणतो, 'चला आणखीन एकाला विक्रीचा प्रयत्न करतो.' समजा, आठवड्यात पाच वेळा त्यानं असं केलं. आता समजा, जर हा काही खूप चांगला विक्रेता नसेल आणि त्याला पाचापैकी एका प्रेझेंटेशनमध्येच यश मिळत असेल तर वर्षभरात तो नेहमीपेक्षा पन्नास जास्तीचे सौदे करेल. समजा, तो प्रत्येक सौद्यामागे १०० डॉलर्स मिळवत असेल तर वर्षभरात त्याला ५,००० डॉलर्स जास्तीचे मिळतील.

अर्ल नाइटिंगेल एका दिवसात जेवढं करू शकायचे, मी कधी कुणालाच तेवढं करताना पाहिलं नाहीये. पण मी त्यांना कधीही घाई-गडबड करतानाही पाहिलं नाही. त्यांच्या बरोबर काम केलं ती पाच वर्षं मी त्यांचं निरीक्षण करत होतो. अतिशय थोड्या वेळात मी पाहिलेल्या इतर कुणाहीपेक्षा कितीतरी जास्त साध्य करताना मी त्यांना पाहिलं आहे.

एकदा मी अर्लबरोबर डाउनटाउन शिकागोमध्ये एका भाषणासाठी गेलो होतो. त्यापूर्वी त्यांच्या बरोबर एकट्याने वेळ घालवायची संधी मला कधीच मिळाली नव्हती. त्यामुळे मी एका पायावर त्यासाठी तयार होतो. त्या कार्यक्रमाआधी न्याहरी करताना मी त्यांना विचारलं, "अर्ल, तुम्ही वेळेच्या व्यवस्थापनावर इतकं प्रभुत्व कसं मिळवलं?"

माझ्याकडे पाहत त्यांनी उत्तर दिलं, ''काहीतरीच बोलतोयस तू. मी कधीच वेळ व्यवस्थापनावर प्रभुत्व मिळवलं नाही. कुणालाच ते मिळत नाही. वेळेचं व्यवस्थापन करता येत नाही. मी फक्त करायच्या कामांचं व्यवस्थापन करतो.'' त्यांनी त्यांच्या खिशातून एक कार्ड काढलं. ते म्हणाले, ''मी फक्त रात्री उद्या काय काय करायचंय ते लिहून काढतो आणि ठरलेलं ते सगळं दुसऱ्या दिवशी करतो.''

एकदा मी 'डेव्हलप अ सेन्स ऑफ अर्जन्सी' नावाची एक कार्यशाळा केली होती. खूप कमी वेळेत शांतपणे, आत्मविश्वासाने बरंच काही करू शकणाऱ्या व्यक्तींमध्ये मला ती त्वरेची भावना दिसते. एखाद्या व्यक्तीला अशी त्वरेची भावना नसेल आणि त्यांना बरंच काही करायचं असेल तर बहुतेक वेळा ते ज्यांच्या संपर्कात येतात त्या सर्वांमध्ये गोंधळ आणि घबराटीची भावना पसरवतात. त्वरेची भावना असली की कमी वेळातही तुम्ही अगदी थोड्या वेळातही शांतपणे आणि आत्मविश्वासाने बरेच काही साध्य करू शकता.

आपण जे काही करत असतो त्यापैकी बरंच काही आपल्याला करायची गरजच नसते. अशा प्रकारे आपण बराच वेळ वाचवू शकतो. करायलाच पाहिजे असं वाटणाऱ्या काही गोष्टी फक्त दुर्लक्षानेच होऊन जातात. त्या करायची खरं तर गरजच नसते.

त्याशिवाय काम सोपवणंही शिकायला लागतं. एकदा कामाच्या ढिगाऱ्याखाली माझी पत्नी दबून गेली होती. तिच्या टेबलवर कामच काम होतं. ''मला मदत करशील का?'' तिनं मला विचारलं.

''ठीक आहे. पण मी सांगतो तसं करायला हवंस तू, चालेल?'' मी म्हणालो.

'करेन.' तिनं कबूल केलं.

तिच्या टेबलवर सगळ्या प्रकारची कामं होती. मी त्यातलं एकेक घेऊन विचारायला लागलो. ''हे काय आहे? करायलाच हवंय का हे?''

'हो.' ती उत्तरली.

''बरं. हे तूच करणं आवश्यक आहे का?''

''नाही खरं तर.'' तिची हेलन नावाची एक सहायिका होती.

शेवटी माझ्या पत्नीला करण्यासारखं थोडंसंच राहिलं. हेलनसाठी मात्र खूप काम निघालं. ती म्हणाली, ''एवढं सगळं कसं करेल ती?''

''तो हेलनचा प्रश्न आहे, तुझा नाही.'' मी म्हणालो. ''जर हेलनला हे सगळं करणं जमलं नाही तर तिला एक सहायक ठेवायला लागेल. पण तो सहायक तिला ठेवावा लागेल, तुला नाही. जर तू सहायक ठेवलास तर तो तुझ्यासाठी काम करेल, हेलनसाठी नाही.''

माझी पत्नी त्या दिवशी बरंच काही शिकली. ती कितीतरी जास्त उत्पादनक्षम बनली कारण ती शिकली की ती करत असलेल्या बऱ्याच गोष्टी तिनं करण्याची आवश्यकताच नव्हती.

सर्जनशीलतेचा वापर करा

आपल्या विचार-चौकटीचा ज्यावर परिणाम होतो असा आपल्या आयुष्याचा तिसरा भाग म्हणजे आपली सर्जनक्षमता. त्यासाठी मी माझंच उदाहरण देऊ शकतो. माझी आठवी इयत्ता संपली तेव्हा माझ्या टीचरनी मला विचारलं, ''बॉब, तू कोणत्या हायस्कूलमध्ये जाणार आहेस?''

''मी मॅलव्हर्न कॉलेजिएटला जाणार आहे,'' मी म्हणालो.

''तिकडे जाऊन काही उपयोग नाही. तू व्यवसायात कधीच यशस्वी होणार नाहीस. डॅनफोर्थ टेकला जा. तिथे शीक तू.''

मलाही काही कळत नव्हतं. माझ्यासाठी शिक्षक देवाच्या जागीच होते. त्यामुळे मी डॅनफोर्थ टेकला गेलो. तिथे एकच महिना होतो मी. त्यात माझा अंगठा बँड सॉमध्ये येऊन त्याचं टोक कापलं गेलं. ते परत शिवावं लागलं. इतकी वर्षं झाली तरी अजूनही थंडी पडली की ते दुखतं.

मी खूप सर्जनशील आहे. मी वेगवेगळ्या प्रकारचे उत्तम कार्यक्रम बनवतो. मी काही पुस्तकंही लिहिली आहेत. मी अगदी उजवा-मेंदूप्रधान माणूस आहे. अशी माणसं खूप सर्जनशील असतात. हे माझ्या शिक्षकांना माहीत नव्हतं. मला मदत करणाऱ्यांनाही ते माहीत नव्हतं.

काही व्यक्तींची सर्जनशीलता त्यांना जास्त चांगल्या प्रकारे व्यक्त करता येते. पण कोणीही दुसऱ्या कुणापेक्षा जास्त सर्जनशील असतं असं अजिबात नाही. आपण सगळेच सर्जनशील असतो. फरक इतकाच की काही जण त्यांची सर्जनशीलता जास्त चांगल्या प्रकारे वापरतात. आपण सगळे खरोखर ईश्वराची निर्मिती आहोत. आकलन, इच्छा, तर्क, कल्पनाशक्ती आणि स्मृती या आपल्या सर्जनक्षमता आहेत. त्या कशासाठी आहेत आणि त्या

कशा वापराव्यात ते आपण शिकायला हवं. तर आपण अतिशय सर्जनशील बनू. प्रत्येक गोष्ट जास्त चांगल्या प्रकारे करणं शक्य असतं आणि प्रयत्न केला तर ते आपल्याला जमू शकतं.

माझ्या एका सहकर्मचाऱ्याने मला सांगितलं की तिनं माझ्यासारखं कुणी कधी पहिलेलं नाही. ''तू किती वेळा कात टाकली आहेस आणि तुझ्यात किती वेळा अश्विसनीय बदल झाला आहे. मी स्वतःला सतत बदलत, नव्याने घडवत असतो. पण मी त्याकडे लोकांना त्यांना काय जास्त आवडतं ते शोधून काढायला मदत करण्याचे नवे नवे मार्ग शोधणं या दृष्टीनं पाहतो.

आपल्याकडे आणि आणि आपल्यामधून विशुद्ध शक्ती वाहत असते. आपल्या शरीरातून बाहेर पडताना तिचं छायाचिऐत्रणही करता येतं. सेमोन किलिअन या रशियन छायाचित्रकाराने त्याचं तंत्र पार १९३४मध्येच शोधून विकसित केलं होतं. जेव्हा ती शक्ती आपल्या जागृत मनात जाते तेव्हा तिला कोणताही आकृतिबंध नसतो. आपण तिला आकार देतो. तिथेच निर्मितीची सुरुवात होते. सत्य हेच आहे की काहीही निर्माण किंवा नष्ट होत नाही. आपण फक्त ऊर्जेचे एका रूपातून दुसऱ्या रूपात रूपांतर करतो. आपण जर तिथे नसतो आणि ते रूपांतर केलं नसतं तर ते होऊ शकलं नसतं. जीवनात आपली भूमिका खूप महत्त्वाची असते.

उत्पादनक्षमता आणि परिणामकारकता

आपली विचार-चौकट ज्यावर मोठा प्रभाव टाकते असा आपल्या आयुष्याचा चौथा भाग आहे उत्पादनक्षमता आणि परिणामकारकता. उत्पादनक्षमता आणि परिणामकारकता यांचं नातं कोंबडी आणि अंड्यासारखं आहे. एकाचा परिणाम दुसऱ्यावर होतोच. आपण जे काही करत असतो त्यातली आपली परिणामकारकता वाढली की अपोआपच आपण जास्त उत्पादनक्षम होतो.

आपली उत्पादनक्षमता कितीतरी जास्त वाढू शकते. आपण जे काही करतो ते जास्त चांगल्या प्रकारे करण्याचे मार्ग आपण शोधात राहायला हवं. १९८० म्हणजे माझ्या मते काही फार जुना काळ नाही. त्या वेळी फॅक्सचे तंत्रज्ञान नवं होतं. आता ते किती जुनाट वाटतं. फोनवरून एक फोटो काढून एक बटन दाबून मी तो पाठवू शकतो आणि लगेचच तो

समोरच्याला मिळतो. आपली सर्जनक्षमता जास्त परिणामकारकपणे वापरणं हे उत्पादनक्षमतेचंच एक रूप आहे. जे काही आपण करतो जे जास्त चांगल्या प्रकारे- जास्त वेगानं, कमी किमतीत आणि कमी श्रमात कसं करता येईल ते शोधून काढणं ते म्हणजे उत्पादनक्षमता होय.

जर तुम्ही धडपडत असाल तर तुमचं काहीतरी चुकतंय असं माझं मत आहे. जर तुम्ही नियमाला धरून काम करत असलात तर सारं कसं सुरळीत होईल. या सर्जक ऊर्जा आपल्याला हव्या त्या अवस्थेत, हव्या त्या स्वरूपात वाहत्या करण्याची क्षमता आपल्याकडे असते. आपल्यामध्ये आपल्यालाच अज्ञात अशा अद्भुत क्षमता दडलेल्या आहेत. काही लोकांना तर त्याबद्दल तसूभरही कल्पना नसते.

तुम्ही आत्ता कितीही संघर्ष करत असलात किंवा एकूणच गोष्टी कितीही अवघड असल्या तरीही तुम्ही जास्त परिणामकारक बनू शकता. जेव्हा तुम्ही ते कराल तेव्हा नक्कीच तुम्हाला त्याचं भरभरून फळ मिळेल.

तर्कशुद्ध आणि अतार्किक

चौकट बदलण्याने ज्यावर परिणाम होतो असा पाचवा भाग म्हणजे आपला तर्काचा उपयोग. तर्क हा जुनी उदाहरणं किंवा शिरस्त्यांसारखा असतो : एखादी गोष्ट जशी करण्याचा प्रघात असेल, ती आपण काय करतो त्याची कमाल मर्यादा असते. ''हे काही तर्कात बसत नाही,'' असं कोणीही म्हटलं की त्यातून मला खास ते करण्याची प्रेरणा मिळते.

एखादी गोष्ट तर्कसंगत आहे की अतार्किक आहे याच्याशी मला काही देणंघेणं नाही. प्रश्न एकच आहे - तुम्हाला ते करायचं आहे का? मग तर्क-बिर्क विसरा आणि ते करा. थॉमस एडिसनला तिसऱ्या इयत्तेत असताना बंद पाकिटात एक चिठ्ठी देऊन शिक्षकांनी घरी पाठवलं, अशी गोष्ट सांगितली जाते. चिठ्ठीत लिहिलं होतं, ''कृपया त्याला परत शाळेत पाठवू नका. इथे सगळे जे करतात ते करण्यासाठी जे हवं तेच त्याच्याकडे नाहीये.'' त्याच्या आईने ती चिठ्ठी परत पाकिटात ठेवली आणि त्याला सांगितलं की तिथे जे शिकवलं जात होतं त्यापेक्षा जास्त त्याला आधीपासूनच येत असल्याने त्याला इतःपर शाळेत जायची गरज नाही. मग तिने त्याला घरीच शिकवायला सुरुवात केली.

प्रत्येक गोष्ट करण्यासाठी चांगला मार्ग असतो हे आपल्याला कळलं पाहिजे. कोणत्याही गोष्टीने आपण मंदावून जाऊन उपयोग नाही. कोणत्याही गोष्टीचं चित्र आपण मनात उभं करू शकलो तर आपण ती गोष्ट करू शकतो. तुम्ही ते आपल्या बुद्धीने पाहू शकत असाल तर नक्कीच तुम्ही ते प्रत्यक्षात आणू शकाल. त्यासाठी तुम्ही ते आंजारून गोंजारून, त्यावर काम करून, त्याला मूर्त स्वरूप द्यायला हवं. फक्त मनात ते पाहणं काही पुरेसं नसतं. पण ते तुम्ही साध्य करू शकता याचा तो संकेत असतो.

तुमची पैशाविषयीची चौकट बदला

चौकट बदलण्याने ज्यावर परिणाम होतो ती सहावी गोष्ट आहे पैसा. तुमच्या चौकटीमुळे तुम्ही किती कमाई करू शकता त्यावर मर्यादा येतात. चौकट बदलल्याने तुम्ही त्या मर्यादा आमूलाग्र बदलू शकता. तुमची चौकट तुम्हाला कमी कमाई करण्यासाठी उद्युक्त करू शकते आणि ती तुम्हाला जास्त कमाई करण्यापासून रोखूही शकते.

पैसा काही काम करण्यासाठी नाही तर सेवा देण्यासाठी मिळतो. तुम्ही जितके सर्जनशील असाल तितकी तुम्ही जास्त सेवा देऊ शकाल. मी दिवसाचे बरेच तास झोपलेलो असलो तरी मी पैसे मात्र चोवीसही तास कमवत असतो. सगळेच हे असं करू शकतात. आम्ही लोकांना ते कसं करावं ते शिकवतो. आम्ही लोकांना कमाईचे विविध स्रोत उभे करायला शिकवतो.

कुणी किती कमावू शकतं त्याला खरं तर काही सीमा नाही. पण लोकांना मात्र तसं वाटत नाही. मी कोणत्याही ग्राहकाबरोबर काम करायला सुरुवात करतो तेव्हा त्यांना विचारतो तो पहिला प्रश्न असतो की, आजवर एका वर्षातली त्यांची सर्वाधिक कमाई किती होती. उत्तर किती आहे त्याच्याशी मला काही कर्तव्य नसतं. पण त्यातून मला त्यांची चौकट कुठे आहे ते कळतं. पैसा हे चौकटीचं उत्तम मोजमाप आहे. कारण अगदी एकेक पैसा, एकेक आणा आपण मोजू शकतो. आरोग्याचं तसं नाही. तुम्ही डॉक्टरकडे गेलात तर डॉक्टर तुम्हाला सांगतील की तुमची तब्येत एकदम खणखणीत आहे आणि बाहेर पडताच तुम्ही मरून जाल, असं होऊ शकतं. कितीतरी वेळा असं झालेलं आहे.

माझ्या कार्यशाळांमध्ये मी लोकांना पैसे कसे कमवावेत ते शिकवतो. एका प्रकाशन संस्थेच्या सांगण्याप्रमाणे मी अमेरिकेतील समृद्धीचा सर्वांत महान शिक्षक आहे कारण मी त्याबद्दल अगदी एकाग्र आहे. मी त्यावर इतकं लक्ष केंद्रित करतो कारण त्याचा लोकांच्या आयुष्यावर किती मोठा प्रभाव असतो त्याबद्दल मी विचार करतो. पैसा असेल तर तुम्हाला किती काही चांगलं करता येतं जे पैशाशिवाय करणं अशक्य असतं.

पैशाने काही तुम्ही जास्त चांगली व्यक्ती बनत नाही. पण तुम्ही जे मुळातच आहात ते पैशामुळे जास्त चमकून निघेल. जर तुम्ही एक चांगली व्यक्ती नसाल तर तुम्ही आणखीनच तिरस्करणीय बनाल. तुम्ही मुळातच चांगले असाल तर तुम्ही अजून चांगले बनाल. जे काही असेल ते पैसा वृद्धिंगत करतो. तुम्ही किती कमवू शकता त्याला काही सीमा नाही. पण कमावण्यासाठी तुम्हाला सेवा द्यावी लागेल. त्याचा अर्थ असा नाही की तुम्हाला काम करावं लागेल. पण तुम्हाला सेवा मात्र द्यावी लागेल.

टेलर स्विफ्ट ही गायिका दरवर्षी किती लक्ष डॉलर्स कमावते? ती तितके कष्ट करते का? अर्थातच असा काही काळ असणार जेव्हा ती तिच्या संगीताला खूप ऊर्जा देते. जेव्हा कुठेही तिची गाणी ऐकली जातात तेव्हा तिला पैसे मिळतात. लक्षावधी लोक तिच्या गाण्यांची ध्वनिमुद्रणं ऐकत असतात. ती त्यांचे रंजन करत असते. त्यासाठी तिला योग्य मोबदला मिळायला हवा, तसा तो मिळतो.

पैसा हा आपण देत असलेल्या सेवेसाठी आपल्याला मिळत असलेला मोबदला आहे. मी आधीच सांगितल्याप्रमाणे, तुम्हाला जो पैसा मिळतो तो तुम्ही जे करता त्याची किती गरज आहे, ते करण्याची तुमची क्षमता किती आहे आणि तुमच्या जागी दुसरे कुणी मिळणे किती कठीण आहे त्याच्याशी सरळ प्रमाणात असतो.

काही वर्षांपूर्वी मी जिथे काम करत होतो तिथल्या अध्यक्षांकडे मी गेलो आणि त्यांना विचारलं की जास्त पैसा कमवण्यासाठी मी काय करायला हवं.

''तुला पगार वाढवून हवाय का?'' त्यांनी मला विचारलं.

''नाही नाही, मला काही पगारवाढ वगैरे नकोय. फक्त जास्त पैसा कमवायचा असेल तर काय मी काय करायला हवं ते मला माहीत करून घ्यायचंय.''

''किती पैसा कमवायचाय तुला?''

मला वाटतं ते ७०चं दशक असावं. ''मला माहीत नाही - मला वाटतं १,००,००० डॉलर्स.''

''तुला एक लाख डॉलर्स मिळवणं कधीच शक्य नाही.''

''का नाही?''

''तुला नाही म्हटलं ना? नाही म्हणजे नाही.'' माझी तिथली दहा वर्षांची कारकिर्द लवकरच संपणार आहे त्याचा मला अंदाज आला. कारण मी किती कमवू शकतो ते दुसरं कुणीतरी निश्चित करत होतं.

तुम्ही किती कमाई करावी ते दुसऱ्या कोणाला कधीच ठरवू देऊ नका. ती अशी गोष्ट आहे जी तुम्हीच ठरवायला हवी. जर तुम्ही दुसऱ्या कुणाला ते ठरवू देत असाल आणि त्यात तुम्हाला काही वावगं वाटत नसेल तर तुम्ही काय करायला हवं सांगू? तिथून बाहेर पडून स्वतःचं काहीतरी करायला हवं.

उद्योजकता किती अद्भुत आहे. माझा असा विश्वास आहे की नेटवर्क मार्केटिंग ही आजवरच्या अतिशय अफलातून कल्पनांपैकी एक आहे. मी काही नेटवर्क मार्केटिंगच्या क्षेत्रात नाही. इतर कोणत्याही क्षेत्रात घुसून काम करण्याइतका काही मी अपरिपक्व नाही. पण त्या क्षेत्रात तुम्ही अपोआपच कमाईचे अनेक स्रोत उभे करता. इतिहास सांगतो की धनवान लोकांचा पैसा अनेक स्रोतांमधून येतो.

पैसा कमावण्याची क्षमता नक्कीच तुमच्या चौकटीचा भाग आहे. ती एक अशी गोष्ट आहे जी मी लोकांबरोबर काम करत असतो तेव्हा बदलायचा नेहमी प्रयत्न करतो. मी आमच्या विक्री कर्मचाऱ्यांना नेहमी जास्त मोठी कमाई करण्याचे ध्येय ठेवायला प्रेरित करतो आणि ते, ते साध्यही करतात. आमच्या कंपनीतील काही लोक वर्षाला १ लाख डॉलर्सहून अधिक कमावतात. या वर्षी एक सद्गृहस्थ ४ ते ५ लाख डॉलर्सपर्यंत जातील.

आपण किती कमाई करू शकतो त्याला काही मर्यादा नाही हे आपल्याला लक्षात घ्यायला हवं. पैसे कमावण्याचा नियम समजून घेऊन मग त्याप्रमाणे काम करण्यात आपण मग्न व्हायला हवं. मी वर सांगितल्याप्रमाणे आम्ही एक कंपनी, किंबहुना आमच्या कंपनीचा एक विभाग सुरू केला आहे : एमएसआय कनेक्ट. एमएसआय म्हणजे इथे मल्टिपल सोर्सेस ऑफ

इन्कम अर्थात उत्पन्नाचे अनेक स्रोत. इथे जे लोक उत्पन्नाचे अनेक स्रोत स्थापन करत असतात त्यांच्या बरोबर तुम्ही संपर्कात येता. जगभरातील हजारो लोक एमएसआय कनेक्टचा भाग आहेत. इथे आम्ही एकत्र काम करत एकमेकांना मदत करतो. पैसे कमावण्याचा हा एक उत्तम मार्ग आहे. एखादा कोणी काहीतरी विकू शकतो आणि दुसरा एखादा येऊन ते खरेदी करू शकतो. आपल्याकडे एक मोठी बाजारपेठ आहे. आमचे अनेक लोकांशी संबंध आहेत.

विक्री हा जगातला सर्वांत जास्त मोबदला मिळणारा व्यवसाय आहे. कमिशन विक्रेता ही जगातला सर्वांत जास्त मोबदला मिळणारी व्यक्ती आहे. एखाद्या विक्रेत्याला मिळू शकतात तेवढे पैसे कुणालाही मिळू शकत नाहीत. त्याच्या जवळही कोणी जाऊ शकत नाही.

आपल्याला हवं असलेलं सारं काही आधीपासूनच अस्तित्वात आहे हे आपल्याला माहीत असायला हवं. आपण त्याच्याशी एका सुरात असायला हवं इतकंच. प्रश्न हा आहे की आपण त्याच्याशी सूर मिळवायचा कसा? आपण आपली जागृत जाणिवेची पातळी वाढवायची कशी? तसे करण्याचा एकमेव मार्ग आहे अभ्यास. हे काही मी तुमच्यासाठी किंवा तुम्ही माझ्यासाठी करू शकत नाही. मी माझ्या मुलांसाठीही ते करू शकलो नाही. ते तुम्हीही तुमच्या मुलांसाठी करू शकणार नाही. तुम्ही तुमच्या पत्नीसाठी ते करू शकत नाही, की ती तुमच्यासाठी ते करू शकत नाही.

हे फक्त आपणच आपल्यासाठी करू शकतो. पण आपण त्यात गुंतून जायला हवं. सगळं काही शक्य आहे हे समजून घ्यायला हवं. हे काही एक छानसं धार्मिक वचन नाही. ही वस्तुस्थिती आहे. मी त्याचं उत्तम उदाहरण आहे असं मी मानतो. मी जिंकू शकलो म्हणजे कुणीही जिंकू शकतं. तसं होण्याची शक्यता फारच अंधूक होती. पण तरीही ते झालं. त्याचं सबळ कारण होतं : मी चांगली पुस्तकं वाचली. चांगली ध्वनिमुद्रणं ऐकली. सर्वोत्तमांकडून मार्गदर्शन मिळवलं. मी माझे मार्गदर्शक निवडले. जे आपल्या ध्येयासाठी काम करत नसतात, आयुष्यात ज्यांना काही साध्य करायचे नसते अशा लोकांच्या संगतीत मी राहत नाही. मी तक्रारखोर लोकांच्या सानिध्यात राहत नाही. मी अर्ल नाइटिंगेल यांचा सल्ला तंतोतंत पाळतो : तुम्ही डॉक्टरशी बोलत असाल तरच तुमच्या आरोग्याबद्दल बोला. जर कोणी माझ्याकडे त्यांच्या आरोग्याबद्दल तक्रार करू लागलं तर मी त्यांना

सांगतो की मी डॉक्टर नाही. ही एक अशी गोष्ट आहे जी प्रयत्नांती आपण सगळेच करू शकतो. अगदी चांगल्या प्रकारे करू शकतो.

एक चांगला गुरू मिळवा. चांगले गुरू अक्षरश: अनमोल असतात. मी कुणाला मार्गदर्शन करत असलो तर त्यासाठी त्यांना बरेच पैसे मोजावे लागतात. पण त्यांना हे लगेच कळेल की, माझं मार्गदर्शन तेवढ्या पैशांच्या योग्य आहे. त्यांनी स्वतः खूप पैसे मिळवण्यायोग्य कसं व्हायचं ते मी त्यांना शिकवतो.

प्रत्येक व्यक्तीची योग्यता खूप मोठी असते. फक्त प्रत्येकाचा त्यावर विश्वास नसतो एवढंच. एकदा का आपला त्यावर विश्वास बसला की आपण कितीही धडपडत असलो तरी ते बदलू शकतो. आपण बसून आपल्याला काय हवंय ते लिहून काढायला हवं. ते तुम्ही करू शकाल की नाही याबद्दल तुम्हाला विश्वास वाटतो किंवा नाही याचा इथे माझ्या मते काही संबंध नाही. माझं पहिलं ध्येय होतं २५,००० डॉलर्स मिळवण्याचं. तेवढे मला कधी मिळू शकतील यावर माझाच विश्वास नव्हता. पण मग माझ्या लक्षात आलं की मी ते मोठ्यानं वाचल्यावर माझा त्यावर विश्वास बसू लागला. ते २५,००० डॉलर्स मी इतक्या झटक्यात मिळवले की मलाच भोवळ आली.

ज्या कुणाला त्याच्याकडे नसलेलं काही हवं असेल त्यानं आपल्याला जे काही हवं असेल ते वर्तमानकाळाचा उपयोग करून लिहून काढायला हवं. ते त्याचं त्यालाच खुळचटपणाचं वाटलं तरी हरकत नाही. त्यांनी पुन्हा पुन्हा ते वाचून, मोठ्यानं त्याचा उच्चार करायला हवा. मग आधी त्यांच्या मनात आणि मग बाहेरच्या विश्वात - आतून बाहेर काहीतरी घडायला सुरू होईल.

प्रकरण नववे

सकारात्मक विचार-चौकट तुमची आयुष्यभराची सवय बनवा

या अखेरच्या प्रकरणात आत्तापर्यंत आपण ज्याबद्दल बोलत होतो ते सगळे एकत्र करून मी तुम्हाला या कल्पना तुमच्या आयुष्यभराची सवय कशी बनवावी ते सांगेन.

अज्ञान विरुद्ध ज्ञान

आयुष्यात दोन मार्ग असतात. पहिला असतो अज्ञानाचा. तो अपरिहार्यपणे काळजी, संशय, भीती, विवंचना, उदासी आणि अखेर आजार आणि बिखरून जाण्यात होते.

अज्ञान म्हणजे दुसरे काही नाही, तर माहिती नसणे. पण ज्ञान तर सर्वव्यापी आहे. कोणत्याही व्यक्तीला अज्ञानात राहण्याची गरज नसते. दुर्दैवाने, ज्या विषयांबद्दल आपण बोलत आहोत ते शिकवण्यासाठी आपली शैक्षणिक प्रणाली काहीही करत नाहीये. शाळा तुम्हाला तुमच्या मनावर नियंत्रण कसे मिळवावे ते शिकवत नाही. शाळा तुम्हाला सकारात्मक तरंगलांबीमध्ये कसे राहावे त्याबद्दल किंवा या विश्वाच्या नियमांबद्दलही काही शिकवत नाही. शाळा आपल्याला विचार-चौकटीबद्दल काहीच शिकवत नाही.

शाळेने आपल्याला त्यातले काहीच शिकवले नसल्याने तुम्हाला स्वतःहूनच हे सगळं शिकायला लागतं. या विषयांबद्दल अलीकडे भरपूर

माहिती उपलब्ध आहे. आज जवळजवळ प्रत्येक देशात स्व-मदत पुस्तके बहुविक्रित पुस्तकांच्या यादीत असतात. आपण स्वतःबद्दल, आपल्या आवतीभोवती काय चालले आहे आणि आपण त्याला कसा प्रतिसाद किंवा प्रतिक्रिया देतो त्याबद्दल जास्त समजून घेणे आवश्यक आहे. जेव्हा इतर लोकांकडून आपल्या मनात कल्पना येतात तेव्हा आपल्यामध्ये त्या स्वीकारण्याची किंवा नाकारण्याची क्षमता असते. आपण स्वतः ज्यांचा विचार करतो त्या कल्पनांबद्दलही आपल्यात ती क्षमता असते. आपल्याला नकारात्मक कल्पना सुचली तर ती बरोबर असली तरीही ती चघळत बसायचे कारण नाही. प्रत्येक गोष्टीची एक नकारात्मक बाजू असते. काही लोक श्रीमंत असण्यापेक्षा बरोबर असणे श्रेयस्कर समजतात. ते अगदी सामान्य आहे आणि खरेही आहे.

आपण जागृत अवस्थेत अज्ञान, शंका आणि चिंतेपासून सुरुवात करतो आणि मग सुप्त मन त्या शंकेचे भीतीत रूपांतर करते. भीतीची ऊर्जा शरीरातून किंवा शरीराद्वारे व्यक्त झाली की त्या कंपनाला तीव्र चिंता (anxiety) म्हणतात. तीव्र चिंता बहुतेक वेळा आत दाबून टाकली जाते. अशा वेळी तिचे रूपांतर नैराश्यात होते. नैराश्य विकार बनते आणि मग त्या विकाराने माणूस बिखरून जातो.

अज्ञानाच्या विरुद्ध आहे ज्ञान. तो सकारात्मक मार्ग आहे. ज्ञान इथेच आहे आणि त्याच्याकडे जाण्याचा एकमेव मार्ग आहे अभ्यासाचा. पण कशाचा अभ्यास करायचा हे तुम्हाला माहीत असायला हवं. वाचनालयात ज्ञानाचं भांडार आहे पण केवळ ज्ञानात कोणतीही शक्ती नसते. तसे असते तर सगळे ग्रंथपाल लखपती झाले असते. त्यांतल्या बहुतेकांकडे काहीच नसतं. ते गरीबच असतात. ज्ञानाचे नीट नियोजन करून हुशारीने त्याला दिशा द्यावी लागते. गेल्या पन्नास वर्षांपासून प्रॉक्टर गॅलॅघर इन्स्टिट्यूटमध्ये मी या ज्ञानाचे नियोजन करून त्याला हुशारीने दिशा देत आहे.

समज आणि अभ्यास

शंका आणि चिंता यांच्या विरुद्ध सकारात्मक तरंगलांबीवर समज असते. आपल्याला आपल्या अस्तित्वाचे नियम समजून घ्यायचे असतात. आपल्याला आपल्या स्वतःला समजून घ्यायचं असतं. आपल्याला आपल्या

जागृत मनात वाहणारी एक आकारहीन शक्ती आहे ती समजून घ्यायची असते. आपण तिला एक रूप द्यायचं असतं.

समजूत विकसित करण्याचा एकमेव मार्ग आहे तो म्हणजे अभ्यास. तुम्हाला मनाचा आणि विश्वाच्या नियमांचा अभ्यास करावा लागेल. जेव्हा आम्ही बनवलेल्या साहित्याचा लोक अभ्यास करू लागतात तेव्हा त्यांची मोठीच प्रगती होते. त्यांना जे हवे आहे त्याची प्रतिमा धरून ठेवायला हवी ते त्यांना कळतं. जेव्हा ही गोष्ट त्यांच्या मनात अंतर्भूत होते तेव्हा श्रद्धा म्हणून ओळखली जाणारी भावना त्यांच्यात उत्पन्न होते. ती भीतीचे विरुद्ध टोक आहे.

श्रद्धा आणि भीती या दोन्ही फार विचित्र गोष्टी आहेत. जे पाहता येत नाही अशा कशावरतरी तुम्ही विश्वास ठेवत असता. जर तुम्हाला निवडीला वाव असेल तर अर्थातच श्रद्धेची निवड करणे योग्य ठरते. श्रद्धा ही जे अदृश्य आहे ते पाहण्याची क्षमता आहे. तीच आपल्याला सर्व जण जे अशक्य समजतात ते प्राप्त करण्याची शक्ती देते. जे अदृश्य आहे ते तुम्ही पाहता. ते तुम्ही तुमच्या जागृत मनात तुमच्या कल्पनाशक्तीने पाहता. तुम्ही जे अविश्वसनीय आहे त्यावर विश्वास ठेवता. जे तुम्ही तुमचा कल्पनेत पाहता ते तुम्ही टिपून घेतले आणि तुमच्या सुप्त मनाकडे दिले तर नियमाप्रमाणे ते लगेचच त्याला साकार करायच्या दिशेने काम करू लागेल. जे अविश्वसनीय आहे त्यावर विश्वास ठेवण्याचा हा परिणाम असतो.

हे शरीराच्या माध्यमातून व्यक्त व्हावे लागते. आपण ज्ञानातून समजुतीकडे आणि समजुतीतून श्रद्धेकडे जातो. श्रद्धा भौतिक पातळीवर क्षेम-कल्याणाच्या रूपात व्यक्त होते. ते तीव्र चिंतेच्या अगदी उलट आहे. अभिव्यक्तीला वेग मिळतो. तुमचा वेग वाढत जातो कारण तुम्ही स्वस्थ असता. त्याचे रूपांतर निर्मितीत होते. त्याच्या विरुद्ध जे असते त्याचे रूपांतर बिखरून जाण्यात होते.

तुमच्या सवयी तुम्हाला जे नकारात्मक आहे ते अधिक किंवा जे सकारात्मक आहे ते अधिक पक्के करणे या दोन्हींपैकी कोणत्याही एका दिशेला घेऊन जाऊ शकतात. सवय म्हणजे आपल्या सुप्त मनात घट्ट बसलेली कल्पना. एक विचार-चौकट म्हणते अभ्यास करू नका. दुसरी म्हणते अभ्यास करा. तुम्ही तुमच्या सवयी नीट करा, आणि तुम्हाला चांगल्या सवयी लावायच्या आहेत की नाही त्याचा विचार करा.

पुनरावृत्तीची सवय

मी लहान होतो तेव्हा मला अभ्यासाची सवय बिलकूल नव्हती. मी शाळेत असताना काय किंवा शाळेतून बाहेर पडल्यावर काय, कधीही कसलाही अभ्यास केला नाही. पण जेव्हा मी अर्ल नाइटिंगेल यांची ध्वनिमुद्रणे पहिल्यांदा ऐकली तेव्हा मी स्वतःला ती ऐकण्यापासून रोखूच शकत नव्हतो. तेच ते पुन्हा पुन्हा ऐकून मला अभ्यासाची सकारात्मक सवय लागली. त्या सवयीने माझी विचार-चौकट बदलली आणि त्यामुळे मी कुठे चाललो होतो आणि काय करत होतो ते सगळेच बदलून गेले. कुणीही हे करू शकतं. तुम्ही या साहित्याचा अभ्यास करत राहिलात तर चांगल्या गोष्टी होतच राहणार आहेत.

आपण तत्काळ समाधानाच्या (instant gratification), 'सब कुछ अभी चाहिए'च्या युगात राहतो आहोत. पण ही प्रक्रिया काही एक क्षणात होत नाही. तसं होऊही शकतं, नाही असं नाही - सगळं काही शक्य आहे - पण ते फारच विरळा आहे.

ही सकारात्मक अभ्यासाची सवय लावून घेणं आपल्या विचार-चौकटीच्या दुसऱ्या एका भागाविरुद्ध जातं. ते म्हणजे आपण एखादं पुस्तक वाचतो आणि मग दुसऱ्या कशाकडे वळतो. इथे तसं चालत नाही. तुम्ही पुस्तक घ्या, वाचा, ते पुन्हा पुन्हा वाचा. अर्ल नाइटिंगेलनी बनवलेल्या सर्व मूळ ध्वनिमुद्रिका माझ्याकडे आहेत. मी त्या नेहमी ऐकत असतो. ती एक सवय आहे. त्या सवयीने माझं आयुष्य बदलून गेलं आहे. पूर्वी काही हजार डॉलर्स कमावताना घाम फुटणाऱ्या मला आज लक्षावधी डॉलर्स मिळतात. आज मी जगात सर्वत्र काम करतो आणि पूर्वी मला नोकरी मिळवणं मुश्किल होतं.

योग्यसाहित्याचा अभ्यास करण्याची सवय तुमची विचार-चौकट बदलून टाकेल. अगदी बिनकामाच्या माणसांनाही उपयुक्त नागरिक बनताना मी पाहिलं आहे. जेव्हा तुमची विचार-चौकट बदलते तेव्हा तुमचे आयुष्य बदलते, कारण आयुष्यात जे मिळतं ते तुमच्या विचार-चौकटीचं प्रतिबिंब असतं. विचार-चौकटीमुळे कृती घडते आणि कृतीला प्रतिक्रिया मिळते. जेव्हा क्रिया आणि प्रतिक्रिया एकत्र येतात तेव्हा त्या आपली जागा, परिस्थिती आणि वातावरण बदलून टाकतात. त्यांचे काम अशा प्रकारे चालत असते.

तुम्हाला नक्की काय हवे आहे?

आपण या ज्ञानाच्या मार्गावर चालण्याबद्दल आणि आयुष्यात काही भव्य करण्याबद्दल दृढ निश्चयी असलो तर अगदी मुळातून सुरुवात करणं फार महत्त्वाचं असतं. म्हणजेच आपल्याला नक्की काय हवं आहे या प्रश्नापासून.

बऱ्याच लोकांची समस्या ही असते की त्यांना जे हवंय ते त्यांना मिळू शकेल यावर त्यांचा विश्वास नसतो. लहानपणी आपल्या आईवडिलांकडे धाव घेऊन आपण 'मला हे हवंय म्हणजे हवंय' असा हट्ट करतो. आपल्याला दिसत असतं ते सगळच हवं असतं. ते सांगतात, 'आपल्याला हवं ते संगळं मिळत नसतं बरं का', किंवा 'ते कसं बरं मिळेल तुला?' कोणत्याही मुलाकडे या प्रश्नाला उत्तर नसतं. जसजसे आपण मोठे होतो तसतसे आपल्याला हवं असलेलं सगळं काही आपल्याला मिळू शकत नाही हा आपल्या विचार-चौकटीचा भाग बनून जातो. जेव्हा आपल्याला हवं ते आपण प्राप्त करू शकतो हे आपल्या लक्षात येतं तेव्हा ते कसं मिळवायचं हे आपल्याला माहीत असणं काही आवश्यक नसतं. आपल्याला फक्त ते आपल्याला मिळणार आहे इतकं माहीत असणं पुरेसं असतं.

ज्या क्षणी तुम्ही एखादी गोष्ट तुमच्या मनात पाहता तेव्हा ते प्रत्यक्षात आणण्याकडेच्या दिशेनेच तुम्ही तिथे जात असता. तुमच्या कल्पनाशक्तीने तुम्ही तुमच्या जागृत मनाला खूप उच्च तरंगलांबीवर नेऊन ठेवलं असतं. आता तुम्ही तिथे फक्त काही क्षण राहून पुन्हा पहिल्या जागी परत येऊ शकता. जर तुम्ही तिथे पोहोचलात, तर काही मिनिटे तिथे थांबा. त्या कल्पनेला कुरवाळा. तिच्याशी खेळा. तुमच्या मनात तिला उडून तिकडे फिरवा. तिला वेगळ्या रंगांनी रंगवा. स्वतःला तिथे ठेवा. ते घडताना पहा. ते कसे वाटते त्याचा अनुभव घ्या. मग म्हणा, ''मी हे करू शकतो. कसं ते मला माहीत नाही. पण करू शकतो.''

ऑस्कर, एमी आणि टोनी

माझ्याकडे येऊन कुणी माणूस ''मला हे हवंय,'' असं म्हणाला, तर ते कसं मिळवायचं ते मी सांगू शकतो. लॉस ॲन्जेलिसमध्ये फिल गोल्डफाईन नावाचा एक चित्रपट निर्माता होता. एड मॉरिसी नावाच्या एका दुसऱ्या माणसाशी फिल बोलत होता. त्यानं एडला विचारलं, '''बॉर्न रिच' पुस्तक वाचलं आहेस का तू?''

''हो, मी ओळखतो त्या लेखकाला.''

फिल म्हणाला, ''तू नाही ओळखत त्याला.''

''ओळखतो मी.''

''काय भन्नाट पुस्तक आहे ते.''

एड फक्त हसला आणि म्हणाला ''ठीकाय. मी फोन करेन त्याला.'' मग त्याने मला फोन केला. तो म्हणाला, ''बॉब, एका माणसाला तुझ्याशी बोलायचं आहे.''

फिल फोनवर आला आणि म्हणाला ''मला तुमच्या बरोबर बसून बोलायला फार आवडेल. तुम्ही आत्ता कुठे आहात?''

''लास व्हेगासमध्ये.''

''मी लॉस ॲन्जेलिसमध्ये आहे. मी तुम्हाला भेटायला येऊ का?''

''या ना हवं तर.''

तो मला भेटायला आला. मी बसून त्याला विचारलं, ''तुला नक्की काय हवंय?''

''लक्षावधी डॉलर्स.''

''सध्या किती कमावतोस तू?''

''काही लाख डॉलर्स.''

''करतोस काय तू?''

''चित्रपट निर्माता आहे मी.''

''आणखीन काय हवंय तुला?'' तो म्हणाला मला ऑस्कर जिंकायचंय. आणि एमीपण.''

''हे सगळं कसं करायचं ते मी तुला सांगू शकतो. पण तू अगदी मी सांगतो तसंच करायला पाहिजेस.''

''करेन मी.'' तो म्हणाला.

या गोष्टीला बावीस-तेवीस वर्षं झालीत. फक्त सव्वीस लोकांना ऑस्कर, एमी आणि टोनी तिन्ही मिळालं होतं. फिलने २०१९मध्ये मला फोन केला आणि तो म्हणाला, ''मी टूट्सीच्या ओपनिंग नाइटला जाणार आहे. तू येशील का न्यू यॉर्कला?''

'हो.'

मी न्यू यॉर्कचं विमान घेतलं आणि त्याला भेटलो. त्याला टूट्सी या त्याच्या सांगीतिकेसाठी एमी मिळालं. ऑस्कर, एमी आणि टोनी मिळवणारा तो सत्ताविसावा माणूस होता. त्याला पोहण्यासाठी सुवर्णपदकंही मिळाली आहेत. ऑलिम्पिकमध्ये त्याला पोहण्याचं सुवर्णपदक मिळालं आहे. सर्वसाधारण निर्माते तीन वर्षांत दोन चित्रपट काढत असतील तर मला वाटतं या वर्षी फिल चोवीस चित्रपटांवर काम करतोय. तो तुम्हाला सांगेल की तंतोतंत मी सांगितलं आहे तसं तो करतो. मी त्याला सांगितलं, ''तुझा यावर विश्वास आहे की नाही याच्याशी मला काही देणंघेणं नाही. पण तू स्वतःला हे होतंय असं सांगत राहिलं पाहिजेस असं मला हवंय.''

एके दिवशी फिलने मला त्याचा ऑस्कर घेऊन उभा असलेला फोटो पाठवला. मग तो म्हणाला, ''मी अजून एक जिंकणार आहे.''

मी सांगितलं ''ते चित्र बरोबर नाहीये. एका हातात ऑस्कर धर आणि फोटो काढून घे. मग दुसऱ्या हातात ऑस्कर धरून फोटो काढून घे. मग कुणाकडूनतरी फोटोशॉप करून दोन्ही हातांत ऑस्कर धरलेला फोटो बनवून घे.'' काही तासांनी मला त्यानं दोन्ही हातांत ऑस्कर धरलेला फोटो पाठवला.

फिल आज लक्षावधी डॉलर्स मिळवतो. चार तासांत त्यानं जवळजवळ लाख डॉलर्स मिळवल्याचं त्यानं मला सांगितलंय. मी सांगितलेलं सगळं तो जसंच्या तसं करतो. मी काही त्याला काय खावं, कधी झोपावं ते सांगत नाही. पण मी त्याला, ''जेव्हा बसून तू तुला काय हवं आहे त्याचा विचार करशील तेव्हा तुझ्या कल्पनाशक्तीला मोकळा वाव दे. तुला ते पाहता येत असेल तर ते लिहून काढ. त्याबद्दल माझ्याशिवाय आणखीन कुणाशी बोलू नकोस. कारण बाकी सगळे तुला हसतील आणि तसं होणं तुझ्यासाठी चांगलं नाही. ज्यांचं ध्येय मोठं नाही अश्या लोकांबरोबर मिळूमिसळू नकोस. ज्यांना बातम्या किंवा वाईट परिस्थितीबद्दल बोलायचं असतं अशा लोकांबरोबर उठू बसू नकोस,'' असं सांगितलंय.

फिल अगदी आदर्श उदाहरण आहे. दुसरं आहे माझी भागीदार सँडी. ज्या तुमच्या आवाक्याबाहेर असतील अशा गोष्टींवर तुम्ही विश्वास ठेवणं आवश्यक असतं. तुम्हाला ते दिसत असेल तर ते आहेच. काहीही निर्माण किंवा नष्ट होत नाही. तुम्हाला ज्याची आवश्यकता आहे ते सगळं काही अस्तित्वात असतंच. फक्त त्याच्याशी मेळ साधायला हवा. जेव्हा तुम्ही त्याच्याशी एका सुरात असता तेव्हा ते तुमच्याकडे आकर्षित होतं.

आकर्षणाचा नियम अगदी स्पष्ट आहे : तुम्ही तुमच्याकडे फक्त ज्याच्याशी तुमचा मेळ साधलेला आहे तेच आकर्षित करू शकता. जर तुम्ही दारिद्र्याची प्रतिमा धरून ठेवली असेल तर तुम्ही समृद्धी आकर्षित करू शकत नाही.

तुम्ही स्वतःला समृद्ध असलेलं पाहिलं पाहिजे. तुम्ही स्वतःला जे काही चांगलं तुम्हाला हवं आहे ते प्राप्त केलेलं पाहायला पाहिजे. ते काय आहे ते ओळखणं ही पहिली गोष्ट. त्यासाठी तुम्ही बसून तुमच्या मनाला भरारी घेऊ द्या. तुमची कल्पनाशक्ती कामाला लावा. फिल म्हणतो की कल्पनाशक्ती ही जगातली सर्वांत अद्भुत, चमत्कारी, कल्पना करता येणार नाही इतकी शक्तिशाली गोष्ट आहे. अगदी बरोबर आहे तो. ती आपल्याला वेगळ्या काळामध्ये, दुसऱ्या जागांवर, बाह्य अवकाशात आणि उच्च तरंगलांबीवर घेऊन जाणारी मानसिक शक्ती आहे. कल्पनाशक्ती तुम्हाला कुठेही घेऊन जाईल. ही काही हसण्यावारी नेण्याची गोष्ट नाही. अचंब्यात टाकणारी गोष्ट आहे ही.

आयुष्याची आठ तत्त्वे

मी या पुस्तकाची सांगता आयुष्याची आठ तत्त्वे सांगून करेन. तुम्हाला हवे असेल तसे आयुष्य जगण्याची ही तत्त्वे मी माझ्या कार्यशाळांमध्ये सांगतो.

१. तुमच्या अमर्याद क्षमतेची जाणीव विकसित करा.

तुमच्या आयुष्यातल्या कोणत्याही क्षेत्रामध्ये काही चांगले करायची सुरुवात इथून होते. 'तमसो मा ज्योतिर्गमय' - तुमच्या जीवनात प्रकाश येऊ दे. अंधाराची भीती असलेलं मूल पाहणं दुःखद असतं. त्याहीपेक्षा अंधाराची भीती असलेला मोठा माणूस पाहणं जास्त वाईट, असं मला वाटतं. प्रकाशानं तुमचं जीवन उजळून जाऊ दे. जागरूकतेच्या उच्च पातळीवर तुम्ही जा. जसजसे तुम्ही जास्त जागरूक व्हाल तसे तुमचे आयुष्य अधिकाधिक चांगले होत जाईल. कारण ते तसेच आहे, फक्त तुम्हाला त्याची जाणीव व्हायला हवी.

२. तुम्हाला जे हवे त्यासाठी कृती करा.

आपण जे काही आहोत त्या गाभ्यातून आपल्या इच्छा अंकुरित होतात. आपली आध्यात्मिक गुणसूत्रे अगदी परिपूर्ण आहेत. ती आपल्या अंतर्मनात,

आपल्या मनाच्या तळात, वैश्विक प्रज्ञेत आहेत. आपण देवाचेच भाग आहोत. आपण परिपूर्ण आहोत. ती परिपूर्णता तुमच्या द्वारे आणि तुमच्यातून अभिव्यक्त होऊ पाहते आहे. तिला नेहमीच अभिव्यक्ती, विस्तार आणि अधिकांचे कल्याण हवे असते. जागृतावस्थेत तिची अभिव्यक्ती तुमची इच्छा बनून प्रकट होते : 'मला हे हवं आहे.' तुम्हाला जे हवंय त्यासाठी तुम्ही नेहमीपेक्षा कितीतरी जास्त प्रयत्न कराल. तुम्हाला जे हवंय त्यासाठी तुम्ही असाधारण अशा गोष्टी कराल. थकले असतानाही पळत राहाल. दमला असलात तरीही अभ्यास कराल. आपण जे काही आहोत त्याच्या गाभ्यातून आपल्या इच्छा आकार घेतात. तो देवाचा किंवा चैतन्याचा, "तुझ्याकडून काम करून घेऊन अधिकांचे कल्याण होवो," असे म्हणण्याचा मार्ग असतो. पाहिजे असणे म्हणजे मिळणे नव्हे. मिळणे हा हवे असण्याचा दुय्यम परिणाम आहे. हवे असणे म्हणजेच वाढ होणे.

३. निर्णय घ्या.

तुम्हाला जे काही मिळतंय ते एवढ्यासाठी की तुम्ही ते मिळवण्यासाठी प्रोग्रॅम्ड केले गेले आहात. तुम्ही त्याच्या बरोबर एका सुरात आहात. तुम्हाला जे हवंय त्याच्याशी तुमचा मेळ नसेल तर ते तुम्हाला मिळत नाही. जेव्हा तुम्हाला जे हवंय त्यासाठी तुम्ही प्रयत्न करू लागता तेव्हा तुम्हाला तुमची विचार-चौकट बदलावी लागते.

जुन्या सवयी सहजी बदलत नाहीत ते तर तुम्हाला माहीतच आहे. विचार-चौकट बदलायला उत्सुक नसते. ती आहे तशीच पुन्हा पुन्हा व्यक्त होऊ पाहत असते. जेव्हा तुम्हाला जे हवं आहे त्याच्यासाठी तुम्ही प्रयत्न सुरू केले रे केले की तुमची विचार-चौकट तुमच्याशी उभा दावा मंडेल. तुम्हाला मनाच्या आतून सगळंच सोडून द्यावंसं वाटेल. तुम्ही काय करताहात ते तुम्हाला कळलं नाही तर तुम्ही कदाचित माघार घ्याल. जर तुम्हाला कळत असेल तर तुम्ही पुढे जात राहाल अशी शक्यता खूपच मोठी आहे. १० टक्क्यांपेक्षाही कमी लोक मोठे ध्येय समोर ठेवून असतात. बहुतेक लोक ते करत नाहीत कारण त्यांना असं काही करणं शक्य आहे हेच त्यांना माहीत नसतं. नॅट किंग कोल यांनी फार वर्षांपूर्वी गायलेलं एक गाणं आहे, 'Pretend pretend you're happy when you're blue.' (दुःखी असलात तरी नाटक करा सुखाचे). त्या गाण्याचे बोल मिळवा, वाचून ते चांगले पाठ करा.

४. पूर्ण निष्ठा.

हौशा-गवशांमध्ये आणि व्यावसायिक व्यक्तींमध्ये फरक असतो निष्ठेचा. प्रेरणेबद्दल बोलणारे वक्ते, केन ब्लॅन्चार्ड असावेत बहुतेक, ते म्हणाले होते की जर तुम्हाला एखाद्या गोष्टीत रस असेल तर सोयीचं असेल तर तुम्ही ती कराल. तुम्ही त्यासाठी निष्ठाबद्ध असाल तर तुम्ही ती करालच. तुम्हाला जे करायचं असेल त्या निर्णयावर तुमची निष्ठा असायला हवी. माघार घेण्याचा किंवा सोडून देण्याचा प्रश्नच तिथे असत नाही. ते व्हायलाच पाहिजे. नियम समजल्यावर हे सगळं कितीतरी सोपं वाटतं. कितीतरी आनंदायक होतं.

५. जबाबदारी.

अर्ल नाइटिंगेल याला 'तुमची यशाची हमी' म्हणतात. ज्याला तुम्ही जबाबदार असता असा कोणी भागीदार तुमच्या जवळ असेल तेव्हा खरं तर ती तुम्हाला यशस्वी करणारी तुमची विमा योजनाच असते. तुम्ही माझे जबाबदारी भागीदार असाल आणि मला तुमच्याबद्दल आदर वाटत असेल तर तुम्हालाही माझ्याबद्दल आदर वाटावा असं मला वाटणं साहजिक आहे. जर मी काही करणार आहे आणि त्याबद्दल मी तुम्हाला जबाबदार आहे असं सांगितलं तर जेव्हा सोडून देण्याचा विचार माझ्या मनात येईल तेव्हा, माझ्या मनात लगेचच तसं केलं तर तुम्हाला माझ्याबद्दल काय वाटेल हाही विचार येईल. तुमचा जबाबदारी भागीदार तुम्ही दणकून काम कराल हे निश्चित करेल. जेव्हा सगळ्यांना तुम्ही सोडणं हवं असेल तेव्हा ही व्यक्ती तुम्हाला माघार घेऊ देणार नाही. जबाबदारी भागीदार अगदी अनमोल असतात. माझी जबाबदारी भागीदार आहे सँडी गॅलॅघर. माझा मुलगा ब्रायन आणि त्याची असोसिएट पेगी मॅककॉल जबाबदारी भागीदार आहेत. ते एकमेकांना प्रचंड मदत करतात कारण ते एकमेकांना जबाबदार आहेत. जबाबदारी भागीदार अतिशय अनमोल असतात. तुमचा जबाबदारी भागीदार अतिशय काळजीपूर्वक निवडा आणि नेहमी त्यांना जबाबदार रहा.

६. लक्ष एकाग्र करा.

त्यामुळे तुमची ऊर्जा आणि कंपने वृद्धिंगत होतात. तुमच्या वैयक्तिक शक्तीला दिशा मिळते आणि ती वाढते. जाणीव म्हणजे कंपनांचा बोध. जर तुम्हाला स्वस्थ वाटत नसेल तर त्याचा अर्थ तुमची कंपने वाईट आहेत. जर तुम्हाला छान वाटत असेल तर त्याचा अर्थ तुमची कंपने चांगली आहेत.

तुम्ही कधी शॉपिंग मॉलमध्ये गेलात आणि मागून तुमच्याकडे कुणी टक लावून पाहत असेल तर तुम्हाला ते जाणवतं. त्यांचे लक्ष तुमच्यावर एकाग्र असते. त्यांनी तुमच्यावर ध्यान केंद्रित केलेले असते. त्यांच्या जागरूक मनात वाहणारी ऊर्जा लेझरप्रमाणे ते तुमच्या दिशेने प्रवाहित करत असतात. त्यांचे विचार तुमच्या मेंदूवर आदळतात आणि तिथे कंपन पावू लागतात. ती ऊर्जा तुम्हाला जाणवते. ते तुमच्याकडे टक लावून पाहत आहेत हे तुम्हाला जाणवतं. तुम्ही वळून पाहता आणि ते बरोबर असल्याचं तुमच्या लक्षात येतं. एकाग्रतेने कंपनांची शक्ती वाढते. ते ऊर्जेच्या प्रक्षेपणाचा वेग वाढवून तिला लेझरसारखे लक्ष्यकेंद्री करते. म्हणूनच एकाग्रता खूप महत्त्वाची आहे.

एकाग्रता ही ऐच्छिक कृती आहे. तुमची एकाग्रता विकसित करायची असेल तर एक मेणबत्ती घ्या आणि ती तुमच्या आवडत्या खुर्चीसमोर लावून ठेवा. तुम्ही एकटे असाल तेव्हा ती मेणबत्ती लावा. बसून तिच्या ज्योतीकडे एकटक पहा. तुम्ही त्या ज्योतीशी एकरूप होईपर्यंत पाहत रहा. जर तुमचे मन इकडे तिकडे धावू लागले; तसे होणारच आहे; तर त्याला परत ज्योतीकडे आणा. जेव्हा जेव्हा ते दूर जाते तेव्हा त्याला पुन्हा ज्योतीकडे आणा. तुमच्या आवडत्या खुर्चीसमोर भिंतीवर तुम्ही एक ठिपकाही काढू शकता. त्या ठिपक्याकडे एकटक पहा. तुमचे मन 'वढाय वढाय' होऊ लागले की पुन्हा त्याला त्या ठिपक्याकडे आणा.

जर तुम्ही एका गोष्टीवर लक्ष केंद्रित करू शकलात तर तुम्ही कोणत्याही गोष्टीवर लक्ष केंद्रित करू शकता. कारण तुम्ही तुमची इच्छाशक्ती प्रबळ केलेली असते. इच्छा हीच ती गोष्ट आहे जिच्यामुळे तुम्ही तुमच्या मनाच्या पडद्यावर एक गोष्ट धरून ठेवू शकता. इमर्सननी म्हटल्याप्रमाणे फक्त ज्यांना तुम्ही ऊर्जा देऊ शकता त्या गोष्टीच वाढू शकतात. जेव्हा तुम्ही तुमचं लक्ष केंद्रित करता तेव्हा तुम्ही तुम्हाला जे हवं असेल त्याला जास्त ऊर्जा देता.

७. शिस्त.

तुम्ही साठ दिवस हे पुस्तक रोज सकाळी अर्धा तास वाचावं असं मी सुचवेन. यासाठी तुम्ही कुणीतरी जोडीदार निवडावा असंही मी सुचवेन. कदाचित एखादा मित्र. त्याच्याकडे हे पुस्तक नसेल तर त्याला ते घेऊन द्या. त्यात एक लहानसा संदेश लिहा. त्याला हे फारच आवडेल. मग सांगा की, 'मला रोज अर्धा तास या पुस्तकाचा तुझ्या बरोबर अभ्यास करायचा आहे. मला

त्यासाठी जबाबदार धर. मी तुला जबाबदार धरेन. अर्धा तास संपल्यावर आपण काय शिकलो त्यावर चर्चा करू.' हे तुम्ही नित्यनेमानं केलंत तर या पुस्तकात तुम्ही ज्याबद्दल वाचलंय ते सगळे फायदे तुम्हाला मिळतील. कारण तुम्ही त्यायोग्य आहात. तुम्ही स्वतःला त्यालायक बनवलंय.

८. दृश्य अभियांत्रिकी (Visioneering).

तुम्हाला जे हवं असेल त्या ध्येयाकडे जाण्यासाठी कल्पनेचा वापर करणं म्हणजे दृश्य अभियांत्रिकी. त्यामुळे मनाला शिस्त लागते आणि तुम्हाला हव्या असलेल्या गोष्टी तुमच्याकडे व्यवस्थितपणे आकर्षिल्या जातात. सर्वसामान्य माणसाचं मन हे इतस्ततः पसरलेल्या अनेक कल्पनांचा पसारा असतं. जेव्हा एखादी व्यक्ती दृश्याभियांत्रिकी करू लागते तेव्हा ती आपल्या मनाच्या पडद्यावर एकच चित्र आणते आणि त्यावर लक्ष केंद्रित करते. ती व्यक्ती ते जगू लागते. तिच्या मनाला शिस्त लागते. ट्रोवर्ड म्हणतात की, 'स्वर्गाचा पहिला नियम आहे शिस्त. दृश्याभियांत्रिकी ही एक स्वर्गीय गोष्ट आहे. आपण करू शकत असलेली ती एक अतिशय अद्भुत गोष्ट आहे. तुम्हाला ती चांगली जमू लागेल. तुमची कमाई, आरोग्य आणि तुमचे नातेसंबंध सगळंच नक्कीच सुधारेल.'

या पुस्तकात दिलेल्या कल्पना प्रत्यक्षात आणणं हे खूप निष्ठापूर्वक करायचं काम आहे. एक जबाबदारी भागीदार निवडा आणि लगेचच सुरू करा. आजच सुरुवात करा, उद्यापर्यंत थांबू नका. 'कल करे सो आज, आज करे सो अब.' हे शब्द वाचताक्षणीच पक्का निश्चय करा. जर तुम्ही रोज तीस मिनिटं देणारं असाल तर आत्ता लगेचच सुरुवात करा. जर तुम्ही तीस मिनिटं दिली असतील तर अजून तीस मिनिटं द्या. उद्या सकाळी पुन्हा हे करा. साठ ते नव्वद दिवस हा तुमचा परिपाठ ठेवा. अर्ल नाइटिंगेल म्हणत, ''जर तुम्ही एखादी गोष्ट नव्वद दिवस केलीत तर बहुधा तुम्ही ती आयुष्यभर कराल.'' मी त्यांच्याशी सहमत आहे कारण तुम्ही तिची सवय लावून घेत आहात.

अभ्यास करा. त्यातून मिळणारे फळ अकल्प्य असेल. ते तुमच्या कल्पनेच्या पलीकडले असेल.